வீட்டில் இருந்தே சம்பாதிக்கலாம்!

(‘ஆன்லைன் அலுவலகம், விளம்பரம், விரிவுபடுத்தல்’)

காம்கேர் கே.புவனேஸ்வரி

தாமரை பப்ளிகேஷன்ஸ் (பி) லிட்.,

41-பி, சிட்கோ இண்டஸ்டிரியல் எஸ்டேட்,

அம்பத்தூர், சென்னை - 600 098.

☎: 044 - 26251968, 26258410, 48601884

Language: Tamil
Veetil Irunthae Sambathikkalam
Author : Compcare K. Bhuvaneswari
First Edition: December, 2018
Copyright: Publisher
No.of Pages: 120
Publisher:
Thamarai Publications Pvt. Ltd.,
41-B, SIDCO Industrial Estate,
Ambattur, Chennai - 600 098.
Tamilnadu State, India.
Email: tamaraipublication@gmail.com
Online:www.ncbhpublisher.in

ISBN: 978 - 93 - 8598 - 228 - 6
Code No. T 447
₹ 100/-

Distributors
Ambattur (H.O.) 044 - 26359906 **Spenzer Plaza (Chennai)** 044-28490027
Trichy 0431-2700885 **Pudukkottai** 04322- 227773 **Tanjore** 04362-231371
Tirunelveli 0462-4210990, 2323990 **Madurai** 0452 2344106, 4374106
Dindigul 0451-2432172 **Coimbatore** 0422-2380554 **Erode** 0424-2256667
Salem 0427-2450817 **Hosur** 04344-245726 **Krishnagiri** 0434-3234387
Ooty 0423 2441743 **Vellore** 0416-2234495 **Villupuram** 04146-227800
Pondicherry 0413-2280101 **Thiruvannamalai** 04175-223449

வீட்டில் இருந்தே சம்பாதிக்கலாம்
ஆசிரியர்: காம்கேர் கே.புவனேஸ்வரி
முதல் பதிப்பு: டிசம்பர், 2018

அச்சிட்டோர்: **பாவை பிரிண்டர்ஸ் (பி) லிட்.,**
16 (142), ஜானி ஜான் கான் சாலை, இராயப்பேட்டை, சென்னை - 14
☎: 044-28482441

All rights reserved. No part of this book may be reprinted or reproduced or utilised in any form or by any electronic, mechanical, or other means, now known or hereafter invented, including photocopying and recording, or in any information storage or retrieval system, without permission in writing from the publishers.

இந்தப் புத்தகம்

என் தாய் திருமதி. கே.பத்மாவதி
Senior Telephone Supervisor,
Department of Telecommunication, Retd.,

என் தந்தை திரு. வி.கிருஷ்ணமூர்த்தி
Sub Divisional Engineer, BSNL, Retd.,

ஆகியோருக்கு

4

முன்னுரை

'ஆன்லைன் ஜாப்' - மயக்கும் வார்த்தையில் மயங்கலாமா?

'நீங்கள் தூங்கிக்கொண்டிருக்கும் உங்கள் ஒவ்வொரு நிமிடத்தையும் டாலர்களில் சம்பாத்தியமாக மாற்ற வேண்டுமா?'

'ஒரு மணிநேரம் வெப்சைட் லிங்கை மவுஸால் கிளிக் செய்தால் போதும், உங்கள் வங்கி அக்கவுன்ட்டில் பணம் கிரெடிட் ஆகும்'

'உங்களுக்கு வருகின்ற இமெயில்களை கிளிக் செய்து அப்படியே உங்கள் நண்பர்களுக்கு ஃபார்வேர்ட் செய்தால் எத்தனை இமெயில்களுக்கு ஃபார்வேர்ட் செய்கிறீர்களோ அதற்கு ஏற்றாற்போல உங்கள் அக்கவுன்ட்டில் பணம் ஏறும்.'

'உங்களுக்காக ஒரு இமெயில் மற்றும் ஒரு வங்கி அக்கவுன்ட்டை ஏற்படுத்திக்கொள்ளுங்கள். எங்கள் நாட்டு நிறுவனத்துக்கு இந்திய நாட்டு மேனஜராக உங்களை நியமனம் செய்கிறோம். உங்கள் அக்கவுன்ட்டுக்கு வரும் பணத்தை நாங்கள் சொல்கின்ற அக்கவுன்ட்டுகளுக்கு அனுப்பினால்போதும். இதற்கு மாதம் டாலர்களில் சம்பளம் மற்றும் கமிஷன்.'

'வீட்டில் இருந்தபடி ஆன்லைனில் சம்பாதிக்கலாம். 2 மணிநேரம் வேலை செய்தால்போதும். முன்பணமாக இவ்வளவு கட்டுங்கள். மாதாமாதம் பணம் 'கொட்டோ கொட்டென' கொட்டும்.'

இதுபோன்ற ஆசை வார்த்தைகளைப் பார்க்கும்போது அனுபவம் இல்லாதவர்களுக்கு இயல்பாகவே ஈர்ப்பு வரத்தானே செய்யும். இத்தனை நாட்கள்தான் வீணடித்துவிட்டோம். இனியாவது சாதிக்கணும், சம்பாதிக்கணும் என்ற எண்ணம் மேலோங்குவதுதானே இயல்பு.

'உட்கார்ந்த இடத்தில் இருந்தே பணம் சம்பாதிக்கலாம்' என்று சொன்னவுடன் கண்களை மூடிக்கொண்டு பல ஆயிரங்களை முன்பணமாகக் கட்டி, செலுத்திய பணத்துக்கு பிஸினஸூம் முறையாக கிடைக்காமல், ஆர்டர் எடுத்து ஓரிரண்டு மாதங்கள் செய்துகொடுத்த வேலைக்கும் ஊதியம் கிடைக்காமல் கண்ணீர் விடுபவர்கள் பெருகி வருகிறார்கள்.

எனவே, ‘ஆன்லைன் ஜாப்’ என்ற மயக்கும் வார்த்தைக்கு மயங்கி விடாமல், உங்களுக்குள் இருக்கின்ற உங்கள் திறமைகளைக் கண்டறிந்து அவற்றை தொழில்நுட்பத்தின் உதவியுடன் ஆன்லைனில் பிசினஸாக மாற்றி பிரபலப்படுத்தவும் விளம்பரப்படுத்தி வியாபார மாக்கவும் கற்றுக்கொள்ளுங்கள்.

அதற்கு முதலில் உங்கள் திறமையை கண்டறியுங்கள். அதை வளர்த்தெடுங்கள். பிறகு பிசினஸ் ஆக்குங்கள். கம்ப்யூட்டர், இன்டர்நெட் மூலம் பிரபலப்படுத்துங்கள். இதுதான் உண்மையான ‘ஆன்லைன் ஜாப்’.

இந்தப் புத்தகத்தில் கொடுக்கப்பட்டிருக்கும் ஆலோசனைகள் ஆன்லைனில் வேலைகளைத் தேடி பணம் சம்பாதிக்கும் நோக்கத்தில் கொடுக்கப்பட்டவை அல்ல. உங்களிடம் இருக்கும் திறமையையும், நேரடியாக நீங்கள் செய்துகொண்டிருக்கும் தொழிலையும் ஆன்லைன் மூலமாக விரிவுபடுத்திப் பிரபலப்படுத்த உதவும் ஆலோசனைகள் மட்டுமே!

இந்தப் புத்தகத்தினுள் இடம்பெறும் பகுதிகள் அனைத்தும் ‘தி இந்து’ தமிழ் நாளிதழின் ‘பெண் இன்று’ இணைப்பில் செப்டம்பர் 2016 முதல் மார்ச் 2017 வரை **‘வீட்டில் இருந்தே சம்பாதிக்கலாம்’** என்ற தலைப்பில் தொடர்ச்சியாக ஒவ்வொரு ஞாயிறு அன்றும் வெளியானது. அந்தத் தொடருக்கு ஆதரவளித்த வாசகர்கள் கொடுத்த உற்சாகத்தில் அவற்றைத் தொகுத்து நியூ செஞ்சுரி புக் ஹவுஸ் நிறுவனத்தின் மூலம் புத்தகமாகக் கொண்டுவருவதில் பெருமகிழ்ச்சி அடைகிறேன்.

இந்தப் புத்தகத்தில் உதாரணத்துக்காக கொடுக்கப்பட்டுள்ள வெப்சைட்டுகள், ஸ்மார்ட்போன் அப்ளிகேஷன்கள் மற்றும் சாஃப்ட்வேர்களைப் படித்துப் பயன்படுத்தும் நீங்கள் தான் கவனமாக இருக்க வேண்டும்.

அன்புடன்

காம்கேர் கே. புவனேஸ்வரி
Email: compcare@hotmail.com

பொருளடக்கம்

1. அசத்தும் ஆன்லைன் வாய்ப்புகள் — 9
2. திறமைகளைப் பணமாக்கும் வித்தை — 13
3. செலவே இல்லாமல் விளம்பரம் செய்யலாம் — 17
4. இமெயிலே நம் இனிஷியல்! — 21
5. இணையவெளியில் வடாம் போடலாம்! — 25
6. உங்கள் பெயரில் ஓர் அலுவலகம் — 29
7. புது அலுவலகத்துக்குப் பூஜைப் போடத் தயாரா? — 33
8. இணையத்தில் வாடகைக்கு இடம் பார்த்தாச்சா? — 37
9. உங்கள் வெப்சைட் சுவரை வாடகைக்கு விடலாமா? — 41
10. விளம்பரம் மூலம் வருமானம் — 45
11. வாடகை இடத்தை விற்கலாமா? — 52
12. உங்கள் தயாரிப்புகளை பிளாக் (Blog) மூலம் இலவசமாக விளம்பரப்படுத்தலாம்! — 56
13. பத்திரிகை நடத்தலாம் வாங்க... — 60
14. நீங்களும் பதிப்பாளராகலாம்! — 64
15. இ-புக்ஸ்களை எங்கு விற்கலாம்? — 68
16. மின்னணுக் கருவிகளில் தமிழில் டைப் செய்யலாமா? — 72
17. வீடியோ எடுங்க, விளம்பரம் செய்யுங்க! — 76
18. உங்கள் பெயரில் இலவச டிவி — 80
19. வீடியோக்கள் வருமானம் தருமா? — 85
20. வானொலி விளம்பரங்கள் போல ஆடியோ விளம்பரங்கள் — 90
21. விளம்பரங்களும், வாடிக்கையாளர்களும்! — 94
22. நேரில் பார்க்காமலேயே மீட்டிங்! — 98

23. வேலை வாய்ப்புக்கான சமூக வலைதளம்! 102
24. ஆன்லைனில் நோட்டீஸ்போர்ட்! 106
25. ஆன்லைனில் ஆல்ரவுண்டர் - கூகுள்+ 110
26. ஆன்லைன் பயணப் பாதுகாப்பு! 114
    நூலாசிரியர் குறிப்பு 118

1. அசத்தும் ஆன்லைன் வாய்ப்புகள்

படித்து பட்டம் பெற்ற இளம் பெண்கள் குழந்தை வளர்ப்பு, குடும்பச் சூழல் காரணமாக வேலைக்குச் செல்ல முடியாத நிலையில் தாங்கள் படித்த படிப்பும், திறமையும் வீணாகிறதே என்று வருந்து கிறார்கள்.

குழந்தைகள் ஓரளவு வளர்ந்து கல்லூரியில் காலடி எடுத்து வைத்த பிறகு, இனியாவது தங்கள் படிப்பை, திறமையை பயன்படுத்தி தன்னம்பிக்கையை வளர்த்துக்கொள்வதுடன், குடும்பத்தையும் மேம்படுத்தலாமே என்ற எண்ணம் அடிமனதில் இருக்கத்தான் செய்கிறது.

அதன் தாக்கத்தால், வீடு, சமையல், குழந்தைவளர்ப்பு என்று வாழ்க்கை வீணாகிறதே என்ற ஆதங்கமும், எப்படியாவது தங்கள் தனித்திறமையை வீட்டில் இருந்தபடி நம்மிடம் உள்ள கம்ப்யூட்டர் மூலம் நிரூபிக்க வேண்டும் என்ற ஆவலும் மேலே சொன்ன முதல் பிரிவில் உள்ள 20 + வயது இளம் பெண்களுக்கும், இரண்டாவது பிரிவில் உள்ள 40 + வயது நடுத்தர வயது பெண்களுக்கும் பொது வானதாக இருக்கிறது.

இவர்களை சுண்டி இழுப்பது ‘ஆன்லைன் ஜாப்’ என்ற விளம்பர வார்த்தை.

வலை விரிக்கும் வலைதளங்கள்

‘நீங்கள் தூங்கிக்கொண்டிருக்கும் உங்கள் ஒவ்வொரு நிமிடத்தையும் டாலர்களில் சம்பாத்தியமாக மாற்ற வேண்டுமா?’

‘ஒரு மணிநேரம் வெப்சைட் லிங்கை மவுஸால் கிளிக் செய்தால் போதும், உங்கள் வங்கி அக்கவுன்ட்டில் பணம் கிரெடிட் ஆகும்’

‘உங்களுக்கு வருகின்ற இமெயில்களை கிளிக் செய்து அப்படியே உங்கள் நண்பர்களுக்கு ஃபார்வேர்ட் செய்தால் எத்தனை இமெயில் களுக்கு ஃபார்வேர்ட் செய்கிறீர்களோ அதற்கு ஏற்றாற்போல உங்கள் அக்கவுன்ட்டில் பணம் ஏறும்.’

‘உங்களுக்காக ஒரு இமெயில் மற்றும் ஒரு வங்கி அக்கவுன்ட்டை ஏற்படுத்திக்கொள்ளுங்கள். எங்கள் நாட்டு நிறுவனத்துக்கு இந்திய

நாட்டு மேனஜராக உங்களை நியமனம் செய்கிறோம். உங்கள் அக்கவுன்ட்டுக்கு வரும் பணத்தை நாங்கள் சொல்கின்ற அக்கவுன்ட்டு களுக்கு அனுப்பினால்போதும். இதற்கு மாதம் டாலர்களில் சம்பளம் மற்றும் கமிஷன்.'

'வீட்டில் இருந்தபடி ஆன்லைனில் சம்பாதிக்கலாம். 2 மணிநேரம் வேலை செய்தால்போதும். முன்பணமாக இவ்வளவு கட்டுங்கள். மாதா மாதம் பணம் 'கொட்டோ கொட்டென' கொட்டும்.'

இதுபோன்ற ஆசை வார்த்தைகளைப் பார்க்கும்போது அனுபவம் இல்லாதவர்களுக்கு இயல்பாகவே ஈர்ப்பு வரத்தானே செய்யும். இத்தனை நாட்கள்தான் வீணடித்துவிட்டோம். இனியாவது சாதிக்கணும், சம்பாதிக்கணும் என்ற எண்ணம் மேலோங்குவதுதானே இயல்பு.

'உட்கார்ந்த இடத்தில் இருந்தே பணம் சம்பாதிக்கலாம்' என்று சொன்னவுடன் கண்களை மூடிக்கொண்டு பல ஆயிரங்களை முன்பணமாகக் கட்டி, செலுத்திய பணத்துக்கு பிஸினஸூம் முறையாக கிடைக்காமல், ஆர்டர் எடுத்து ஓரிரண்டு மாதங்கள் செய்துகொடுத்த வேலைக்கும் ஊதியம் கிடைக்காமல் கண்ணீர் விடுபவர்கள் பெருகிவருகிறார்கள். நூற்றுக்கணக்கானவர்களிடம் 10,000, 20,000 என முன்பணம் பெற்றுக்கொண்டு ஏமாற்றிவிட்டு தலைமறைவாகிவிடும் நிறுவனங்கள் ஏராளம் இன்று.

இணையம் என்ற 'அலாவுதீன் பூதம்'

'என்னிடம் ஒரு கம்ப்யூட்டர் இருக்கு மேடம், வீட்டில் இருந்தே ஆன்லைனில் சம்பாதிக்க முடியுமா?' - பலரும் எனக்கு போன் செய்து கேட்கின்ற கேள்வி இதுதான். இவர்களில் 99 சதவிகிதம் பேர் ஏற்கெனவே பணம் கட்டி ஏமாந்து போனவர்களாகத்தான் இருப்பார்கள். ஆனால், அவர்கள் ஆரம்பத்தில் என்னிடம் அந்த விஷயத்தைச் சொல்ல மாட்டார்கள். நான் அவர்களிடம் பேச்சை வளர்க்கும்போதுதான் மிகுந்த வருத்தத்துடன் அழமாட்டாத குறையாக தாங்கள் ஏமாந்த விஷயத்தை சொல்லி முடிப்பார்கள்.

முகமே தெரியாத நபர்களுக்கு முன்யோசனை இன்றி முன் பணம் செலுத்திவிட்டு வெளியில் சொல்லவும் முடியாமல், உள்ளுக்குள் வைத்துக் கொள்ளவும் முடியாமல் மன உளைச்சலில் புழுங்கிக்கொண்டிருப்பவர்களிடம் நான் கேட்கின்ற கேள்விகள் இவைதான்:

'நீங்கள் உங்கள் நேரத்தையும், உழைப்பையும் போட்டு செய்து கொடுக்கின்ற வேலைக்கு நீங்கள் ஏன் பணம் செலுத்த வேண்டும்?'

'யாராவது வேலையே செய்யாமல் பணம் கொடுப்பார்களா அல்லது குறைந்த உழைப்புக்கு அள்ளி அள்ளி பணம் கொடுப்பார்களா?'

'வெப்சைட் லிங்கை கிளிக் செய்யச் சொல்கிறார்கள் என்றால் அந்த வெப்சைட்டில் உள்ள தகவல்கள் சமூக விரோத செயல்களுக்குப் பயன்படுபவையாக இருந்தால்...'

'வெளிநாட்டு நிறுவனத்துக்கு உங்களை ஏஜென்ட்டாகப் போட்டு உங்கள் வங்கி அக்கவுன்ட்டை தீவிரவாத செயல்பாடுகளுக்குப் பயன்படுத்திக் கொண்டால்...'

கவனமாக செயல்படுங்கள்!

'உங்களை பண மழையில் நனைய வைக்க அவர்களுக்கு என்ன அவ்வளவு அக்கறை?'

ஆன்லைனில் முகம் தெரியாதவர்களிடம் முன்பணம் செலுத்தி ஆர்டர் எடுக்காதீர்கள். வெப்சைட் லிங்கை கிளிக் செய்யவும், இமெயிலை ஃபார்வேர்ட் செய்யவும், வங்கி அக்கவுன்ட் ஏற்படுத்திக் கொண்டு வெளிநாட்டு நிறுவனங்களுக்கு ஏஜென்ட்டாக செயல்படவும் சொல்கின்ற வேலைகள் பெரும்பாலும் 'ஆன்லைன் ஜாப் - அள்ளலாம் பணத்தை' என வார்த்தை ஜாலத்துடன் விளம்பரப்படுத்தப்படும். அவை உங்கள் கண்களில்பட்டால், தயவுதாட்சண்யமின்றி உதறித் தள்ளுங்கள்.

'யாராவது ஆன்லைனில் பிசினஸ் கொடுப்பார்கள். அதைச் செய்து பணம் சம்பாதிக்கலாம்' என்ற எண்ணம் இருந்தால் உடனடியாக அதையும் கைவிடுங்கள்.

திறமைதான் அடிப்படை

மாறாக, உங்களிடம் உள்ள திறமைக்கு கம்ப்யூட்டர் மற்றும் இன்டர்நெட்டை எப்படிப் பயன்படுத்தலாம் என்று சிந்தியுங்கள். அதை நேரடியாக செய்கின்ற பிசினஸாக்கி, அந்த பிசினஸுக்கு ஆன்லைன் வசதிகளை எப்படிப் பயன்படுத்தலாம் என்று யோசியுங்கள்.

உதாரணத்துக்கு, உங்களுக்கு தையல் தெரியும் என்றால், விதவிதமாக டிசைன் பிளவுஸ்கள் தைத்துத் தரும் பிசினஸை வீட்டிலேயே தொடங்குங்கள். உங்கள் வீடு, உறவினர் வீடு, பக்கத்து வீடு, அடுத்தத் தெரு, அக்கம் பக்கத்து ஊர் என உங்களைச் சுற்றியுள்ளவர்களிடம் பிரபலமாகுங்கள். பிறகு அந்த பிசினஸை ஆன்லைனில் உள்ள வசதிகள் மூலம் உலகறியச் செய்யுங்கள்.

எந்த வேலை செய்தாலும் முழு மனதுடனும், ஈடுபாட்டுடன் உங்கள் திறமையை வெளிக்காட்டும்படி இருந்தால் வெற்றி உங்களைத் தேடிவரும். பணமும் கொட்டும். புகழும் கிடைக்கும். இரண்டுமே உங்கள் உழைப்பு. கிடைக்கின்ற வெற்றி உங்கள் சொத்து. தோல்வி கிடைத்தால் சோர்ந்துவிடாமல் எப்படி சரி செய்வது என்பதை நிதானமாக யோசித்து, தவறை சரி செய்துகொண்டு முன்னேறுங்கள். வெற்றி உங்கள் கையில்தான்.

எனவே, முதலில் உங்கள் திறமையை கண்டறியுங்கள். அதை வளர்த்தெடுங்கள். பிறகு பிசினஸ் ஆக்குங்கள். கம்ப்யூட்டர், இன்டர்நெட் மூலம் பிரபலப்படுத்துங்கள். இதுதான் உண்மையான 'ஆன்லைன் ஜாப்'.

உங்கள் திறமை என்ன என்று கண்டறிந்து வையுங்கள். அதை ஆன்லைனில் பிரபலப்படுத்தி வியாபாரப்படுத்தும் கம்ப்யூட்டர்-இன்டர்நெட் தொழில்நுட்பங்கள் ஒவ்வொன்றாக அடுத்தடுத்த பகுதிகளில் கற்றுகொடுக்க இருக்கிறேன்...

நான் ரெடி... நீங்க?

2. திறமைகளைப் பணமாக்கும் வித்தை

முன்பு நம் எல்லோருக்கும் நிறைய நேரம் இருந்தது. பொழுது போக்குக்காகப் படம் வரைதல், கதை கவிதை எழுதுதல், பாட்டுப் பாடுதல், நடனம் ஆடுதல், புகைப்படம் எடுத்தல், வீட்டை அலங்காரமாக வைத்துக்கொள்ளுதல் என சில வேலைகளை ஹாபியாகச் செய்து வந்தோம்.

ஆனால் இன்று நம் எல்லோருக்கும் நேரமும் இருப்பதில்லை. கிடைக்கின்ற நேரத்தையும் மொபைல் போனில் கேம்ஸ், வாட்ஸ் அப், யு-டியூப், ஃபேஸ்புக் என செலவிடுகிறோம்.

மேலும், நம் திறமைகளை சம்பாத்தியமாக்கினால்தான் அவை அனைவரையும் கவருகின்றன. சம்பாத்யமில்லாத் திறமை கண்டு கொள்ளப்படுவதுமில்லை, மதிக்கப்படுவதுமில்லை.

உதாரணத்துக்கு, ஒருவர் தஞ்சாவூர் பெயிண்டிங்கில் திறமை சாலியாக இருக்கிறார் என்றத் தகவலை விட, 'வீட்டில் இருந்தே தஞ்சாவூர் பெயிண்டிங் செய்து மாதம் 10000 சம்பாதிக்கிறார்...' என்று மீடியா செய்தி வந்தால் மட்டுமே அந்தத் திறமை அனைவரது கவனத்தையும் ஈர்ப்பதாய் உள்ளது. அதே செய்தியை ஃபேஸ்புக், டிவிட்டர் எனப் பல்வேறு சமூக வலைதளங்கள் மூலம் பிரபலப் படுத்தும்போது உலகளாவிய புகழ் கிடைக்கிறது.

நம்மிடம் இருக்கும் திறமையையே வேலையாகவும், தொழிலாகவும் மாற்றிக்கொள்ள முடியும். அதை ஆன்லைனில் வெளி உலகுக்கு வெளிச்சம் போட்டுக் காண்பிக்கலாம். அதை வெர்ச்சுவல் உலகில் வெர்ச்சுவல் பிசினஸ் எனலாம்.

தொழில்நுட்ப உலகில் 'தெரியவில்லை'-களை சுமக்காமல் இருக்க...

நாம் வாழ்ந்துகொண்டிருக்கும் உலகம்போல மற்றோர் உலகம் இன்டர்நெட்டில் இயங்கிக்கொண்டிருக்கிறது. அதை 'வெர்ச்சுவல் உலகம்' 'சைபர் வேர்ல்ட்' என்றெல்லாம் சொல்லலாம்.

இன்டர்நெட் உலகத்தோடு இணைந்து பயணம் செய்யும் போதுதான் நம்மால் இந்த உலகத்தோடு ஒட்டி வாழ முடியும். நாம் வாழ்ந்துகொண்டிருக்கும் இந்த உலகில் நாம் செய்கின்ற அத்தனை வேலையையும், இன்டர்நெட்டில் இயங்கிக்கொண்டிருக்கும் வெர்ச்சுவல் உலகிலும் செய்ய முடியும்.

இப்போது இந்த உலகம் நமக்கு இரண்டு வாய்ப்புகளைக் கொடுத்துள்ளது. ஒன்று, நேரடியாக அந்தந்த அலுவலகங்களுக்குச் சென்று வசதிகளைப் பயன்படுத்திக்கொள்வது; மற்றொன்று, இன்டர் நெட்டில் ஆன்லைனில் உட்கார்ந்த இடத்தில் இருந்தே அவற்றைப் பெறுவது.

இனிவரும் காலத்தில் எல்லாமே இன்டர்நெட் மயமாக்கப் பட்டிருக்கும். புத்தகங்கள், தியேட்டர்கள், கடைகள், லைப்ரரிகள், பள்ளிகள், கல்லூரிகள்... இப்படி எல்லாமே இருக்கும் இடம் தேடி இன்டர்நெட் மூலம் வந்துவிடும். மனிதர்களின் சேவைகள் குறைந்து, எங்கும் எதிலும் கம்ப்யூட்டர், இன்டர்நெட், ஆப்ஸ் என தொழில் நுட்பங்களின் ஆதிக்கம் நிறைந்திருக்கும். மனித உதவி குறைந்து போயிருக்கும்.

வருங்காலத்தில் ஏ.டி.எம்மில் பணம் எடுக்கத் தெரியவில்லை, ஆன்லைனில் டிக்கெட் புக் செய்யத் தெரியவில்லை, ஆப்ஸில் கால் டாக்ஸி புக் செய்யத் தெரியவில்லை என ஏராளமான 'தெரியவில்லை'- களை சுமந்துகொண்டு மற்றவர்களின் உதவியை எதிர்நோக்கிக் காத்திருக்காமல் இருக்க, இப்போதிலிருந்தே வளர்ந்துவரும் தகவல் தொழில்நுட்பத்தோடு இணைந்து வளர்ந்து வாருங்கள். அப்போதுதான் இனிவரும் காலத்தில் மற்றவர்களைச் சார்ந்திருக்காமல் வாழ முடியும்.

திறமையையும் பிசினஸாக்கலாம்

நாம் ஒரு சிறிய இடத்தை வாடகைக்கு எடுத்து கேட்டரிங் பிசினஸ் செய்து வருவதாக வைத்துக்கொள்வோம். நம் கேட்டரிங்

குறித்து சுற்றியுள்ளவர்கள், அடுத்தத் தெருவில் உள்ளவர்கள், அடுத்த ஊரில் உள்ளவர்கள் என நமக்குத் தெரிந்தவர்கள் மட்டுமல்ல, அறிமுகம் இல்லாதவர்களும் நம் கேட்டரிங் பிசினஸ் குறித்து தெரிந்து கொள்ள வேண்டும். நம்மைத் தேடி வர வேண்டும்; நிகழ்ச்சிகளுக்கு ஆர்டர் கொடுக்க வேண்டும். அப்போதுதான் பிசினஸ் நடக்கும்.

குறிப்பாகச் சொல்ல வேண்டும் என்றால், நமக்கு ஒரு துளியும் சம்பந்தமே இல்லாதவர்களுக்கும் நம் தொழில் பற்றித் தெரிந்தால் தான் நாம் கொஞ்சமாவது வெற்றி அடைந்திருக்கிறோம் என்று பொருள்.

நாம் கேட்டரிங் பிசினஸ் மூலம் நமக்குக் கிடைக்கின்ற மாதாந்திர லாபம் 20,000 ரூபாய் எனக் கருதுவோம். இதே பிசினஸை ஆன்லைனிலும் செய்யத் தொடங்கினால், உட்கார்ந்த இடத்தில் இருந்து உலகம் முழுவதும் நம் பிசினஸை விளம்பரப்படுத்த முடியும். லாபமும் இதைவிட பல மடங்குக் கிடைக்கும்; பிசினஸையும் விரிவுபடுத்தலாம்.

இங்கு சொல்லப்பட்டுள்ள கேட்டரிங் பிசினஸ் என்பது ஓர் உதாரணம் மட்டுமே. டெய்லரிங், எம்பிராய்டரி செய்தல், கைவினைப் பொருட்கள் செய்தல், டியூஷன் எடுப்பவர்கள், பியூட்டி பார்லர் நடத்து பவர்கள் மற்றும் பொருட்களை வாங்கி விற்பது போன்ற அனைத்து விதமான வியாபாரங்களையும் ஆன்லைனில் விளம்பரப்படுத்தி விரிவுபடுத்த முடியும்.

எழுத்து, இசை, நடனம், ஓவியம் இவற்றில் திறமை உள்ளவர் களும் அவற்றை பிசினஸாக்க ஆன்லைனில் வாய்ப்புகள் உள்ளன.

திருநெல்வேலி அல்வா வாங்க வேண்டுமென்றால் முன்பெல்லாம் திருநெல்வேலியில் இருந்து யாரேனும் விருந்தினர் நம் வீட்டுக்கு வரும்போது வாங்கி வந்தால்தான் உண்டு. ஆனால் இன்றோ, ஆன்லைனில் ஆர்டர் செய்தால் அடுத்த 24 மணி நேரத்துக்குள் அல்வா நம் வயிற்றுக்குள். அந்த அளவுக்கு பிசினஸின் வேகம் உள்ளது; வியாபாரம் விரிவடைந்துள்ளது; லாபம் அதிகரித்துள்ளது. அமைந்த கரையில் உட்கார்ந்துகொண்டு இனிப்பு மிட்டாய் விற்கும் நபர், ஆன்லைன் ஆர்டர் பெற்று அமெரிக்காவில் இயங்கிவரும் இந்தியன் மளிகைக் கடைக்கு அதே இனிப்பு மிட்டாயை ஏற்றுமதி செய்கிறார். சென்னை இட்லிகள், சிங்கப்பூரில் இயங்கிவரும் அலுவலக கேன்டின்களுக்கு காலை விமானத்தில் சுடச்சுட பயணம் செய்கின்றன.

வரும் காலத்தில் மளிகைக் கடைகள், துணிக் கடைகள், ஹோட்டல்கள், வங்கிகள், கல்வி நிறுவனங்கள் என எதுவுமே நம் கண்களுக்குத் தெரியப்போவதில்லை. ஆனால், இன்டர்நெட் மூலம் அவற்றின் மூலம் கிடைக்கும் சேவைகளையும் பொருட்களையும் நம்மால் பயன்படுத்த முடியும். இதுதான் 'வெர்ச்சுவல் பிசினஸ்'.

இனி, வெர்ச்சுவல் உலகில் வெர்ச்சுவல் பிசினஸில் ஜெயிக்கும் முறைகளை தெரிந்துகொள்வோம்.

3. செலவே இல்லாமல் விளம்பரம் செய்யலாம்

உலகையே திரும்பிப் பார்க்க வைத்த சூப்பர் ஸ்டார் ரஜினிகாந்த் நடித்த 'கபாலி' திரைப்படத்தின் புகைப்படங்களும், போஸ்டர்களும் விமானத்தின் வெளிப்புறத்தில் ஒட்டப்பட்டு விளம்பரம் செய்யப் பட்டதை நாம் அனைவரும் அறிவோம். இந்தியாவில் எந்த ஒரு நடிகரின் படத்தையும் இதேபோல் விமானத்தில் விளம்பரப்படுத்திய தில்லை.

ஆக, தனிநபர் திறமையாக இருந்தாலும் சரி, கடைகளில் விற்பனை செய்யப்படும் பொருட்களானாலும் சரி, பத்திரிகை, வானொலி, தொலைக்காட்சி என எந்த ஒரு மீடியாவானாலும் அவை மக்களைச் சென்றடைய விளம்பரம் அவசியமாக உள்ளது.

ஒன்றை ஒன்று சார்ந்த விளம்பரங்கள்

பத்திரிகைகளில் வெளியாகும் விறுவிறுப்பான தொடர்கள், எ.ஃப்.எம்மில் ஒலிபரப்பாகும் சிறப்பு நிகழ்ச்சிகள், சின்னத் திரையில் வெளியாகும் சீரியல்கள், குறும்படங்கள் முதல் திரைப்படங்கள் வரை அத்தனைக்கும் விளம்பரங்கள் தேவையாக இருப்பதை மவுண்ட் ரோடில் பிரமாண்ட பேனர்களும், சுவரொட்டிகளும் பறைசாற்றுகின்றன.

பத்திரிகைக்கு வானொலி-தொலைக்காட்சி விளம்பரங்கள், வானொலிக்கு பத்திரிகை-தொலைக்காட்சி விளம்பரங்கள், தொலைக் காட்சிக்கு வானொலி-பத்திரிகை விளம்பரங்கள். திரைப்படங் களுக்கோ பத்திரிகை, வானொலி, தொலைக்காட்சி, இன்டர்நெட் என அத்தனையிலும் விளம்பரங்கள்.

இப்படி மீடியாக்கள் அனைத்தும் ஒன்றை ஒன்று சார்ந்தே இயங்க வேண்டிய கட்டாயம். தொழில்நுட்ப உச்சத்தில் இருக்கும் இன்றைய சூழலில், மீடியாக்களோடு இன்டர்நெட்டில் ஆன்லைன் மற்றும் ஆப்ஸ் விளம்பரங்களும் சேர்ந்துகொண்டுள்ளது.

நம்மை ஆட்டுவிக்கும் விளம்பரங்கள்

இன்று விளம்பரங்கள் மனிதர்களுக்கு மிக நெருக்கமாக உள்ளன. காலையில் வீட்டு வாசலில் வந்து விழும் செய்தித்தாள்களில், காலையில் சுப்ரபாதம் காட்சிக் கொடுக்கும் தொலைக்காட்சியில், கிசுகிசு குரலில் காதோடு பேசி நிகழ்ச்சிகளை நடத்தும் வானொலியில்,

வீட்டுத் தொலைபேசியில், கையில் உள்ள அலைபேசியில், சாலையில் திடீரென முளைக்கும் விளம்பரப் பலகைகளில், பஸ்-ரயிலுக்காகக் காத்திருப்புகளில் திணிக்கப்படும் பிட்நோட்டீஸ்களில், நாம் அணியும் ஷர்ட்களில், தொப்பிகளில், கடிதங்களில், விற்பனையாளர்கள் வீட்டு வாசலில் வந்து விற்கும் பொருட்களில்... என அத்தனையிலும் விளம்பரங்கள்தான் ஆதிக்கம் செலுத்துகின்றன.

நாம் எந்த பிராண்ட் கிரீம், பவுடர், சோப் பயன்படுத்த வேண்டும் என்பதில் இருந்துத் தொடங்கி எந்த மாடல் பைக், கார் வாங்க வேண்டும் என்பதுவரை நம்மை இயக்குவது விளம்பரங்கள்தான். நாம் எந்த இடத்தில் வீடு வாங்க வேண்டும் என்பதையும் அவைதான் நிர்ணயம் செய்கின்றன.

நம்மை மட்டும் அல்ல, நம் குழந்தைகளையும் விளம்பரங்கள் தான் வளர்க்கின்றன. அவர்கள் சாப்பிடும் டிபன் முதல் குடிக்கும் சத்துபானம்வரை அனைத்துமே விளம்பரங்களின் தாக்கம்தான்.

இன்றைய இன்டர்நெட் உலகில் இமெயில், ஃபேஸ்புக், பிளாக், டிவிட்டர், யு-டியூப், வெப்சைட் என இன்டர்நெட் உலகையும் விளம்பரங்கள் விட்டுவைக்கவில்லை. சமூக வலைதளங்களில் விளம்பரப்படுத்துவதும், காலத்துக்கு ஏற்ப விளம்பரங்கள் தங்கள் ஆளுமையைச் செலுத்திவருவதும் இன்று பெருகிவருகின்றன.

www ஆகவே இருந்தாலும் உள்ளூரில் செல்லுபடியாக மீடியா விளம்பரங்கள்!

இப்போதெல்லாம் பத்திரிகைகளிலும் வானொலி மற்றும் தொலைக்காட்சிகளிலும் வரும் பெரும்பாலான கார்ப்பரேட் விளம்பரங்களில் அவற்றின் வெப்சைட் மற்றும் சமூக வலைதள முகவரிகளைக் கொடுக்கிறார்கள்.

ஒரே கல்லில் இரண்டு மாங்காய் போல பத்திரிகைகளில் நேரடியாக ஒரு பக்க விளம்பரம் கொடுத்துவிட்டு, மறைமுகமாக சமூக வலைதளத்தில் கணக்கிலடங்கா வெப் பக்கங்களில் எழுத்துக்களாகவும், படங்களாகவும், வீடியோக்களாகவும் விளம்பரம் செய்துகொள்ள இன்றைய தொழில்நுட்பம் கைக்கொடுக்கிறது.

உதாரணத்துக்கு, ஆன்லைனில் பொருட்களை வாங்க உதவும் அமேசான் (amazon), பழைய பொருட்களை வாங்க விற்க உதவும் ஓ.எல்.எக்ஸ் (OLX), வெப்சைட் பெயரை ரெஜிஸ்டர் செய்ய உதவும் கோடேடி (Godaddy) போன்ற வெப்சைட்டுகளின் பெயர்கள் வயது வித்தியாசமின்றி நம் அனைவர் மனதிலும் ஏறி உட்கார்ந்து கொண்டதற்குக் காரணம் அவற்றுக்குக் கொடுக்கப்படும் தொலைக் காட்சி/எ.ஃப்.எம்/பத்திரிகை விளம்பரங்களே.

www என்ற மூன்று எழுத்துக்களில் உலகை ஆளும் வெப்சைட்டு களும் உள்ளூரில் செல்லுபடியாக மீடியா விளம்பரங்கள் அவசிய மாகிறது. இப்போது நடந்துகொண்டிருப்பது விளம்பரப் புரட்சி.

ஆன்லைனில் வியாபாரமும் விளம்பரமும்

முன்பெல்லாம் நாம் ஒரு பிசினஸ் ஆரம்பித்தால் என்ன செய்வோம்? நம் பிசினஸின் தன்மைக்கு ஏற்ப அந்த பிசினஸ் நன்றாக இருக்கும் இடத்தில் ஒரு கடையை வாடகைக்கு எடுப்போம். நாம் செய்யும் பிசினஸுக்கு பொறுத்தமான பெயரைச் சூட்டுவோம்.

பிறகு நம் பெயர், நம் பிசினஸின் பெயர் மற்றும் முகவரி, தொலைபேசி எண் போன்றவற்றை பிரின்ட் செய்த விசிட்டிங் கார்டை தயார்செய்வோம். இதுதான் நம் பிசினஸுக்கு முதல்கட்ட விளம்பரமாக இருந்தது.

மிஞ்சிப்போனால் நம் பிசினஸைப் பற்றி விரிவாக பிட்நோட்டீஸ் அடித்து பிரபலப்படுத்துவோம். பின்னர், நம்முடைய நிதிநிலைமைக்கு ஏற்ப பத்திரிகை, வானொலி, தொலைக்காட்சி போன்றவற்றில் விளம்பரம் கொடுப்போம்.

ஆனால், இன்று நாம் செய்துகொண்டிருக்கும் பிசினஸுக்குத் தேவையான விளம்பரங்களை இன்டர்நெட் மூலம் பத்திரிகைகளில் வருவதுபோல எழுத்து வடிவிலும், வானொலியில் வருவதைப் போல ஒலி வடிவிலும், தொலைக்காட்சியில் வருவதைப்போல ஒளி வடிவிலும் நாமே செலவில்லாமல் செய்துகொள்ளவும் அல்லது குறைந்த செலவில் செய்துகொள்ளவும் உதவும் தொழில்நுட்பங்கள் விரல் நுனியில் காத்திருக்கின்றன.

நம் வீட்டிலோ அல்லது நம் சொந்தக் கடையிலோ/அலுவலகத்திலோ நேரடியாக நாம் செய்துகொண்டிருக்கும் பிசினஸுக்கு ஆன்லைனிலும் ஓர் ஆஃபீஸ் தேவை. அதில் நடைபெறும் பிசினஸ்தான் ஆன்லைன் பிசினஸ்.

ஆன்லைனில் வேலை/பிசினஸ் என்பது யாரோ ஒருவர் உங்களுக்கு வேலை கொடுத்து அதை நீங்கள் ஆன்லைனில் செய்வதன் மூலம் சம்பாதிப்பது மட்டும் அல்ல. உங்கள் திறமை மற்றும் படிப்புக்கு ஏற்ற பிசினஸை நீங்களாகவே ஜெனரேட் செய்து அதை ஆன்லைனில் விரிவுபடுத்தி பிரபலப்படுத்திக்கொள்வதே ஆகும். எனவே உங்கள் திறமையை கண்டறியுங்கள். அதை பிசினஸ் ஆக்குங்கள்.

4. இமெயிலே நம் இனிஷியல்!

'நல்ல காலம் பொறக்குது...நல்ல காலம் பொறக்குது... உங்க வீட்ல உள்ள ஒருத்தருக்கு லாட்டரில லட்ச ரூபா விழப் போகுது... ஜப்பான் கார் பரிசா கிடைக்கப் போவுது... வெளிநாட்டில் வேல கிடைக்க போவுது... இது மூணுல ஏதேனும் ஒண்ணு இன்னும் முப்பது நாளுல நடக்கப் போகுது... நல்ல காலம் பொறக்குது...நல்ல காலம் பொறக்குது...' குடுகுடுப்பைக்காரர் வீட்டு வாசலுக்கு வந்து குரல் கொடுப்பதாக நினைத்து விட்டீர்களா? அதான் இல்லை. உங்கள் இமெயில் இன்பாக்ஸுக்கு வந்திருக்கும் மெயில்கள் தான் இப்படி சைபர் குடுகுடுப்பைக்காரராய் கூப்பாடு போட்டு உங்களை கவிழ்க்க சதி செய்ய காத்துக் கொண்டிருக்கின்றன.

இமெயில்கள் உங்களுக்குப் பரிசு கொடுக்க காத்திருக்கும்; உங்களுக்கு வெளிநாட்டு வேலை வாங்கித் தர ஒற்றைகால் கொக்காய் தவமிருக்கும்; உங்கள் பெயரில் கோடிக்கணக்கில் யு.எஸ் டாலர்களை டெபாசிட் செய்ய துடியாய் துடிக்கும்; எச்சரிக்கையாக இருங்கள். எதையும் நம்பிவிடாதீர்கள்.

ஆனாலும், இமெயில்தான் இணைய உலகில் நம் அடையாளம் என்பதையும் மறந்துவிடாதீர்கள்.

நாம் வாழ்ந்துகொண்டிருக்கும் உலகைப் போலவே இன்டர் நெட்டிலும் இணைந்து வளர்ந்துகொண்டிருக்கும் வெர்ச்சுவல் உலகில் (இன்டர்நெட் உலகம்), நம் திறமையின் அடிப்படையில் நாம் செய்து கொண்டிருக்கும் பணியை வெர்ச்சுவல் பிசினஸாக்கி (இன்டர்நெட் பிசினஸ்), நடைமுறை விளம்பரங்களோடு வெர்ச்சுவல் விளம்பரத்தையும் (இன்டர்நெட் விளம்பரம்) செய்து நம் வருமானத்தை பெருக்குவதற்கு எல்லோருக்குமே ஆசையும் இருக்கிறது, தேவையும் அதிகரித்துள்ளது.

இணைய உலகில் நாம் சுகமாகப் பயணம் செய்யவும், நம் பிரயாணம் இனிதே அமையவும் நமக்கே நமக்கான இணைய அடையாளத்தைப் பெறுவதுதான் முதன்மையான வேலை.

இன்டர்நெட்டில் நம் அடையாளத்தை உறுதி செய்வோம்

பஸ், இரயில், விமானப் பயணங்களுக்கும், பிரசித்திபெற்ற கோயில் தரிசனங்களுக்கும், மொபைல் சிம் கார்ட் வாங்குவதற்கும்

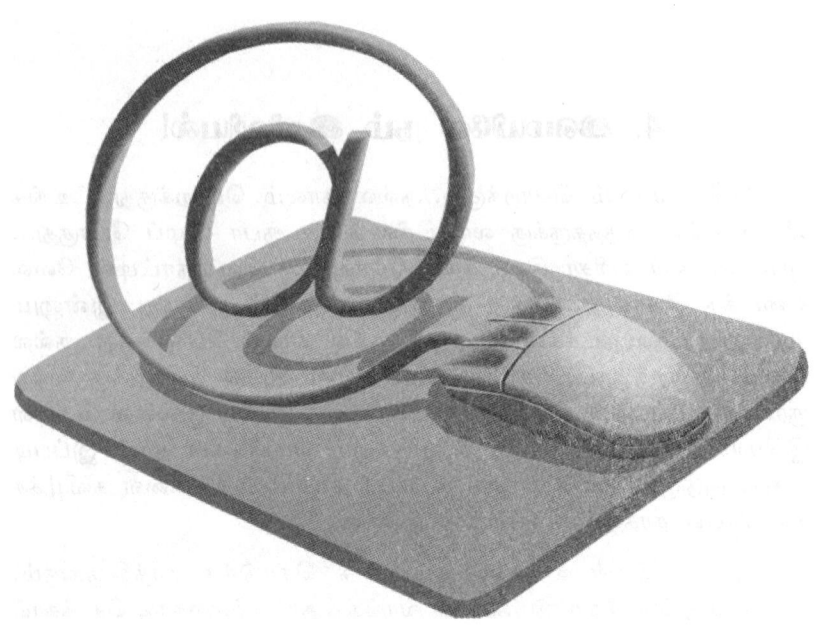

இன்னபிற தேவைகளுக்கும் ஆதார் எண், வாக்காளர் எண், பான் கார்ட் எண், ரேஷன் கார்ட் போன்றவை நம் அடையாளத்துக்கு ஆதாரமாக விளங்குவதைப்போல இணைய உலகில் நம் இனிஷியலாக இருப்பது இமெயில்தான்.

இதுவரை இமெயில் முகவரி இல்லை என்றால் உடனடியாக இமெயில் முகவரியை உருவாக்கிக்கொள்ள வேண்டும். ஏராளமான வெப்சைட்டுகள் இலவசமாக இமெயில் முகவரிகளை வழங்கினாலும், ஜிமெயிலில் நமக்குப் பொருத்தமான இமெயில் முகவரியை உருவாக்கிக்கொண்டால் எல்லா சமூக வலைதள தேவைகளுக்கும் பயன்படுத்திக்கொள்ளலாம். www.gmail.com என்ற வெப்சைட் முகவரியை டைப் செய்து விண்ணப்படிவம் ஒன்றை பூர்த்தி செய்தால் உங்களுக்கே உங்களுக்கான இமெயில் ரெடி.

இமெயில் என்பது கடிதப்போக்குவரத்துக்கு மட்டுமே என்றிருந்த நிலை மாறி, அதுவே ஃபேஸ்புக், டிவிட்டர், லிங்க்டு இன், யு-டியூப், வெப்சைட் என எல்லா சமூக வலைதளங்களின் நுழைவுச் சீட்டாகவும் பயன்படுவதால் இமெயில் முகவரி சுருக்கமாக இருந்தால் டைப் செய்ய வசதியாக இருக்கும்.

நெட்பேங்கிங் முக்கியம்

வங்கி, மொபைல், இன்டர்நெட் இவை மூன்றும் ஒன்றோடொன்று இணைந்து செயல்படுவதால் நம் தொலைபேசி அடையாளமான மொபைல் எண்ணையும் மற்றும் இன்டர்நெட்டில் நம் இனிஷியலான இமெயில் முகவரியையும் அடிக்கடி மாற்றிக்கொண்டே இருக்கக் கூடாது. ஆன்லைனில் பொருட்களை வாங்க வேண்டுமென்றாலும் விற்பனை செய்ய வேண்டுமென்றாலும் ஆன்லைன் வங்கி பரிவர்த்தனை அவசியம். டெபிட் கார்ட், கிரெடிட் கார்ட் இவற்றுடன் நெட்பேங்கிங் வசதியையும் பெறுவது முக்கியம். இதற்கு நீங்கள் அக்கவுன்ட் வைத்துள்ள வங்கியை அணுகவும். நெட்பேங்கிங் பாஸ்வேர்டையும் ரகசியமாக வைத்திருக்க வேண்டும்.

நெட்பேங்கிங் மூலம் பணப் பரிவர்த்தனை நடைபெறும்போது வங்கியில் நாம் ரெஜிஸ்ட்டர் செய்துவைத்துள்ள நம் மொபைல் எண்ணுக்கு OTP எனப்படும் ஒன் டைம் பாஸ்வேர்ட் அனுப்பப்படும். அதை நாம் டைப் செய்தால் மட்டுமே நம் அக்கவுன்ட்டில் இருந்து பணம் அனுப்பப்படும். அதுபோல இமெயில் மூலமும் நம் நெட்பேங்கிங் அக்கவுன்ட்டுக்குள் லாகின் செய்யப்பட்டிருப்பதையும், பணப் பரிவர்த்தனை நடைபெறுவதையும் எச்சரிக்கைத் தகவலாக அனுப்பி வைப்பார்கள்.

இதெல்லாமே நம்மை அறியாமல் வேறு நபர்கள் நம் அக்கவுன்ட்டில் நுழைந்து நம் பணத்தைக் களவாடிச் செல்லாமல் இருக்க அவர்கள் கொடுக்கும் பாதுகாப்பு. அடிக்கடி நாம் இமெயில் முகவரியையும், மொபைல் எண்ணையும் மாற்றிக்கொண்டே இருந்தால் அவர்கள் அனுப்பும் எச்சரிக்கைத் தகவல்கள் நமக்கு வராமல் போகும். இப்போது எல்லோருமே, ஒன்றுக்கும் மேற்பட்ட மொபைல் எண்களை வைத்திருப்பதால் ஏதேனும் ஒரு எண்ணை நிரந்தரமாக வைத்துக்கொண்டு அதை நம் வங்கி அக்கவுன்ட்டுக்காக ரெஜிஸ்ட்டர் செய்து வைத்திருந்தால் மட்டுமே இன்டர்நெட் உலகில் இனிமையாகவும், பயமில்லாமலும் பயணிக்க முடியும்.

வங்கியில் இருந்து வருவதைப் போன்றே போலி இமெயில்கள் வந்திருந்தால், வங்கியின் வெப்சைட் முகவரி https என்ற பாதுகாப்பு அடையாளத்துடன் தொடங்கியிருக்கிறதா என்று பார்க்கவும். https என்பது Hyper Text Transfer Protocol Secure என்று பொருள்படும். அப்படி இல்லை என்றால் அது பொய்யான நபர் அனுப்பியுள்ள இமெயில் என்று அர்த்தம். https:// என்று வந்திருந்தாலும், உங்கள்

வங்கியை அணுகி அவர்களிடம் சொல்லி உங்கள் சந்தேகத்தை தீர்த்துக் கொள்ளவும்.

அதுபோல மொபைல் எண்ணுக்கு வரும் போலி எஸ்.எம்.எஸ் களிலும் கவனமாக இருக்கவும். எந்த வங்கியும் உங்கள் நெட்பேங்கிங் யூசர் நேம், பாஸ்வேர்ட் போன்றவற்றை கேட்காது.

ஆன்லைன் பிசினஸுக்கு இமெயிலே ஆதாரம் என்பதால், இமெயில் பாஸ்வேர்டை தொலைக்காமல் வைத்திருங்கள். அப்படி தொலைந்துவிட்டால் என்னென்ன நடக்கும், அதில் இருந்து எப்படி மீள்வது என்பதை பார்ப்போம்.

5. இணையவெளியில் வடாம் போடலாம்!

ஆன்லைனில் உங்களுக்கான ஆன்லைன் ஆஃபீஸை உருவாக்குவதற்கு முன் உங்களுக்கான அடிப்படை சந்தேகங்களைத் தீர்த்துக்கொள்ளுங்கள்.

1. ஆன்லைன் பிசினஸில் நானும் இணைந்துகொள்ள விருப்பம். எப்படி ரெஜிஸ்ட்டர் செய்வது?

ஆன்லைன் பிசினஸ் என்பது ஒரு நிறுவனமோ அல்லது அமைப்போ அல்ல. நீங்கள் உருவாக்குகின்ற பிசினஸை இணையம் மூலம் நீங்களே செய்வதுதான் ஆன்லைன் பிசினஸ்.

2. ஆன்லைனில் ஆஃபீஸ் திறக்க வேண்டும். அதில் விளம்பரம் செய்ய வேண்டும். என்ன செய்யலாம்?

இணையத்தில் உங்களுக்கான ஒரு வெப்சைட்தான் ஆன்லைனில் உங்கள் ஆஃபீஸ். அதில் ஃபேஸ்புக், டிவிட்டர், பிளாக், யு-டியூப், ஸ்கைப் போன்ற சமூக வலைதளங்கள் மூலம் விளம்பரப்படுத்திக் கொள்ள முடியும். கட்டணத்துடன் கூடிய விளம்பரங்கள், கட்டணம்

இல்லா விளம்பரங்கள் என இரண்டு பிரிவுகள் உள்ளன. இந்தத் தொடரில் அவை குறித்து விரிவாக சொல்ல இருக்கிறேன்.

3. என்னிடம் திறமை எதுவும் இருப்பதாகத் தெரியவில்லை. ஆனால் இணையத்தில் கட்டுரை, செய்தி என்று வந்தால் அதைப் பற்றி விரிவாக கருத்து சொல்ல முடிகிறது அதில் உள்ள பிழைகளையே வெளிப்படுத்த முடிகிறது. இதை வைத்து என்ன செய்ய வாய்ப்பு என்று எனக்குச் சொல்லுங்கள்.

நீங்கள் கேட்டுள்ள கேள்வியிலேயே பதிலும் உள்ளதே. தமிழ் மற்றும் ஆங்கிலத்தில் புரூஃப் ரீடிங் பணிக்கு இன்று வாய்ப்புகள் அதிகம் உள்ளது. இதற்கு மொழி ஆளுமையும் தேவை. பதிப்பகங்களை அணுகினால் வாய்ப்புகள் கிடைக்கும். பிரிண்ட் எடுத்து புரூஃப் பார்க்கின்ற முறையோடு சேர்ந்து, இன்று எம்.எஸ்.வேர்டில், பி.டி.எஃப் ஃபைலில் நேரடியாக கம்ப்யூட்டரில் புரூஃப் பார்த்தே அதில் நேரடியாக பிழைத்திருத்தவும் செய்கிறார்கள். கம்ப்யூட்டரில் புரூஃப் பார்க்கப் பயன்படுத்தும் அடிப்படை சாஃப்ட்வேர்களை பயன்படுத்தக் கற்றுக்கொண்டால் அதையே பிசினஸாக்கலாம். ஆன்லைனிலும் ஆர்டர் எடுக்கலாம்.

4. ஆன்லைனில் என்ன பிசினஸ் தொடங்கலாம்?

உங்களுக்கு என்ன திறமை இருக்கிறதோ அந்தத் துறையைத் தேர்ந்தெடுங்கள். உதாரணத்துக்கு, நீங்கள் கோடையை வீணாக்காமல் விதவிதமாக கலர்கலராக வடாம் போடுபவரா. அதாங்க உங்கள் திறமை. உங்கள் வீட்டுத் தேவைகளைத் தாண்டி உங்கள் உறவினர்கள் நண்பர்கள் என உங்கள் பிசினஸை மெல்ல மெல்ல விரிவுபடுத்துங்கள். சுத்தமான சுகாதாரமான உங்கள் தயாரிப்புகளை விளம்பரப்படுத்துங்கள். மக்களின் நம்பிக்கையைப் பெறுங்கள். அதன்பின் ஆன்லைனில் அதை பிசினஸாக்கினால் உலகமெங்கும் உள்ள இந்தியர்களுக்கு அறிமுகமாகலாம். வீட்டில் தயாரிக்கும் ஹோம்மேட் வடாம்கள் உள்நாட்டில் மட்டும் அல்ல அயல்நாட்டு இந்தியர்களிடம் நல்ல பெயர் எடுக்கும்.

5. ஆன்லைனில் தொழில் செய்ய வருமானம் ஈட்ட வாய்ப்பு தரும் நல்ல நிறுவனங்களில் சிலவற்றின் இணைய முகவரியைக் கொடுங்களேன் ப்ளீஸ்! நானும் நல்ல சில வாய்ப்புக்களுக்காக பல வருடங்களாக முயற்சித்து வருகிறேன்?

வேறு யாரோ ஒருவர் உங்களுக்கு ஆன்லைனில் வேலைகளைக் கொடுத்தால் அதை செய்துக் கொடுத்து சம்பாதிக்கலாம் என்று நினைப்பதை

விட்டு உங்கள் திறமைகளை சம்பாத்தியமாக்குங்கள். ஆன்லைனில் விரிவுபடுத்துங்கள். இந்தத் தொடரில் அதற்கான ஆலோசனைகள் வர இருக்கிறது.

6. நான் பாட்டு டியூஷன் எடுக்கிறேன். அதை ஆன்லைனில் பிசினஸாக்குவது எப்படி என்று சொல்லுங்களேன்?

பாட்டு டியூஷன் என்றல்ல, தமிழ் ஆங்கிலம் இந்தி மொழி கற்றுக்கொடுத்தல், மிருதங்கம் சொல்லித் தருதல் இப்படி எதை வேண்டுமானாலும் ஆன்லைனில் பிசினஸ் ஆக்கலாம். ஆன்லைனில் ஸ்கைப் போன்ற சாஃப்ட்வேர் மூலம் டியூஷன் எடுத்து சம்பாதிப் பவர்கள் ஏராளமானோர் இருக்கிறார்கள். சிங்கப்பூர், மலேசியா, அமெரிக்கா போன்ற அயல்நாடுகளில் உள்ள நம் இந்தியர்கள் இதுபோன்ற ஆன்லைன் டியூஷன்களையே நம்பி இருக்கிறார்கள்.

7. என் இமெயில் பாஸ்வேர்டை யாரோ ஹேக் (hack) செய்து விட்டார்கள். என்ன ஆகும்?

‘நான் சிங்கப்பூர் டூர் வந்துள்ளேன். என்னுடைய பேக் திருட்டுப் போய், அதிலிருந்த பர்ஸ், பாஸ்போர்ட், விசா அனைத்தும் தொலைந்து விட்டன. உடனடியாக என்னுடைய அக்கவுன்ட்டிற்கு பணத்தை டெபாசிட் செய்தால், ஊர் திரும்பியதும் கொடுத்துவிடுகிறேன்.’ - உங்கள் பாஸ்வேர்ட் திருடப்பட்டிருந்தால், இதுபோன்ற இமெயில் உங்கள் இமெயிலில் இருந்து உங்கள் தொடர்பில் உள்ளவர்களுக்கு அனுப்பி வைக்கப்படலாம். உங்கள் நண்பர்களும் இதை நம்பி அவர்கள் கொடுத்துள்ள அக்கவுன்ட்டுக்கு, உங்களுக்கு அனுப்புவதாக நினைத்து பணம் அனுப்பி வைப்பார்கள்.

உங்கள் இமெயிலில் இருந்து நீங்கள் இமெயில் அனுப்புவதைப் போலவே ஆபாசப் புகைப்படங்கள், வீடியோக்கள் அனுப்பி வைக்கப் படலாம்.

8. இமெயிலில் கவனமாக இருப்பதற்கு ஏதேனும் டிப்ஸ் இருந்தால் கொடுங்களேன்?

உங்களில் பலர் தங்கள் வங்கி விவரங்கள், நெட்பேங்கிங் பாஸ்வேர்ட் மற்றும் டெபிட், கிரெடிட் கார்டுகளின் பின் எண் போன்ற வற்றை தங்கள் இமெயிலுக்கே மெயிலாக அனுப்பி பதிவாக்கி வைத்திருப்பார்கள். இமெயில் பாஸ்வார்டை தன்வசப்படுத்தியவர்கள் இமெயிலில் பதிவாக்கி வைத்துள்ள வங்கி விவரங்கள் மூலம் உங்கள் அக்கவுன்ட்டில் இருந்து மொத்த பணத்தையும் தங்கள் அக்கவுன்ட்டிற்கு

ட்ரான்ஸ்ஃபர் செய்து கொண்டு விடுவார்கள். எனவே, இமெயிலில் உங்கள் வங்கி விவரங்களையும், பாஸ்வேர்ட்களையும் மெயிலாக வைத்துக்கொள்ள வேண்டாம். கவனமாக இருங்கள். முக்கியமான தகவல்களை இமெயிலில் அனுப்பினாலும், பெற்றாலும் போனிலும் உறுதி செய்துகொண்டு செயல்படலாம்.

9. என் இமெயில் பாஸ்வேர்ட் மறந்துவிட்டது. வேறு பாஸ்வேர்ட் பெறுவது எப்படி?

இமெயில் பாஸ்வேர்ட் தொலைந்துவிட்டால் உடனடியாக மாற்று பாஸ்வேர்ட் பெற முடியும். இமெயில் முகவரி வைத்துள்ள வெப்சைட்டுகளில் Forget Password என்ற லிங்க் இருக்கும். அதை க்ளிக் செய்து அதன் வழிகாட்டுதல்படி சென்றுகொண்டே இருந்தால் தொலைந்த பாஸ்வேர்டைத் திரும்பப் பெறலாம்.

6. உங்கள் பெயரில் ஓர் அலுவலகம்

சென்னை வள்ளுவர்கோட்டத்தில் ஒரு கண்காட்சி. மகளிர் சுய உதவிக்குழுக்களைச் சேர்ந்த பெண்கள் தங்கள் தயாரிப்புகளை காட்சிப்படுத்தியிருந்தார்கள். அதில் அவர்களால் தயாரிக்கப்பட்ட நவராத்திரி கொலுப் பொம்மைகள், வீட்டு உபயோகப் பொருட்கள், பல வண்ணப் பருத்தி மற்றும் பட்டு ஆடைகள், மகளிருக்கான ஆபரணங்கள், சிறு தானிய உணவுப் பொருட்கள், நறுமணப்பொருட்கள், மண் பானைகள் மற்றும் தஞ்சாவூர் ஓவியம் உள்ளிட்ட பொருட்கள் விற்பனை செய்யப்பட்டன.

வியக்க வைக்கும் தொழில்முனைவோர்

அலுவலக ஃபைல்கள், ஃபேன்சி ஹேண்ட் பேகுகள், மொபைல் கவர்கள் என எதையுமே அவர்கள் விட்டு வைக்கவில்லை. அத்தனையும் கார்ப்பரேட் நிறுவனங்கள் தயாரிக்கும் நேர்த்தியுடன் இருந்தன.

எல்லாவற்றையும்விட ‘மொறுமொறு’ காராசேவை, கைமுறுக்கு, தட்டை, சீடை போன்றவைதான் ஹைலைட்.

தாங்களே தங்கள் திறமையைக் கண்டறிந்து, அதற்கேற்ப பொருட்களைத் தயார் செய்து, கண்காட்சிகள் நடத்தி விற்பனை செய்வதோடு அக்கம் பக்கம் உறவினர்கள் நண்பர்கள் எனத் தெரிந்த நட்பு வட்டத்திலும் தங்கள் தயாரிப்புகளை விற்பனை செய்துவரும் அவர்களில் 20 வயது இளம் பெண்கள் முதல் பல்லும் சொல்லும்போன பாட்டிகள்கூட இருக்கிறார்கள் என்பது அவர்கள் தன்னம்பிக்கையைக் காட்டியது.

இந்தக் குழுவில் உள்ள ஒவ்வொருவரையும் என்னால் பிசினஸ் பெண்ணாகவே பார்க்க முடிகிறது.

சென்ற வருடம், தமிழகத்தில் உள்ள மகளிர் சுய உதவிக் குழுக்களைச் சேர்ந்த பெண்களுக்காக சென்னை அண்ணா பல்கலைக் கழகமும், தமிழ்நாடு மகளிர் மேம்பாட்டு நிறுவனமும் இணைந்து நடத்திய தொழில்நுட்ப விழிப்புணர்வு கருத்தரங்கில் என்னை சிறப்புரை ஆற்றுவதற்காக அழைத்திருந்தார்கள். அதில் அவர்கள் தயாரிப்புகளை ஆன்லைனில் விளம்பரப்படுத்துதல், விரிவுபடுத்துதல், வியாபாரப்படுத்துதல் குறித்து விரிவாக எடுத்துரைத்தேன். மேலும்

ஆப்ஸ் மூலம் அவர்கள் தயாரிப்புகளை விற்பனை செய்யும் யுக்தியையும் அவர்களுக்கு அறிமுகம் செய்து வைத்தோம்.

இந்த வருடம் நடைபெற்ற நிகழ்ச்சியில், மகளிருக்கான ஆபரணங் களைத் தயாரிக்கும் ஒருசிலர் தங்கள் தயாரிப்புகளை ஆன்லைன் மூலம் அமெரிக்கா போன்ற வெளிநாடுகளில் வாழும் இந்தியர்களுக்கு விற்பனை செய்ய ஆர்டர் எடுத்ததாகவும், ஒருசிலர் தங்கள் தயாரிப்புகளை ஃபேஸ்புக், பிளாக், வாட்ஸ் அப் மூலம் பிரபலப்படுத்தி வருமானத்தை இருமடங்காக்கியதாகவும் சொன்னார்கள்.

இவர்களைப்போல உங்களுக்குள் உள்ள திறமையை, ஆன்லைனில் வெளிப்படுத்தி விற்பனை செய்து வருமானத்தைப் பெருக்க ஆசையாக உள்ளதா? முதலில் செய்ய வேண்டியது ஆன்லைனில் ஆஃபீஸ் அமைப்பது தான்.

வெப்சைட்தான் ஆன்லைன் ஆஃபீஸ்.

வங்கிகள், மின்வாரியம், இரயில் பஸ் விமான டிக்கெட் ரிசர்வேஷன் அலுவலகங்கள் போன்றவை நேரடியாகவும் இயங்கி வருகின்றன. ஆன்லைனிலும் இயங்கி வருகின்றன. இப்போது நாம் நேரடியாக அந்தந்த அலுவலகங்களுக்குச் சென்றும் அவற்றின் பயன்களைப் பெறுகிறோம். மேலும், இருந்த இடத்தில் இருந்தே விரல் நுனியில் ஆன்லைனில் வெப்சைட்டுகள் மற்றும் ஆப்ஸ்கள் மூலமும் பயனடைகின்றோம். இனிவரும் காலத்தில் ஆன்லைனில் மட்டுமே இவற்றின் பயன்களை அனுபவிக்க முடியும் என்ற நிலை வரலாம்.

நமக்கென்று ஓர் இணையதளம்

இதுபோல உங்கள் இருப்பிடத்திலேயே உங்கள் தயாரிப்புகளை ரெடி செய்து, அவற்றை விற்பனை செய்து விரிவுபடுத்த ஆன்லைனில் வெப்சைட்டுகளையும், சமூகவலைதளங்களையும் பயன்படுத்தலாம்.

நேரடியாக ஒரு கடையோ அல்லது அலுவலகமோ போட வேண்டும் என்றால் என்னென்வெல்லாம் செய்வோம் என்பதைப் பட்டியலிடுங்கள்.

1. முதலில் நம் பிசினஸுக்குப் பொருத்தமான பெயரை செலெக்ட் செய்வோம்.
2. நம் பிசினஸுக்கான அலுவலகம் எந்த இடத்தில் இருந்தால் நன்றாக நடைபெறும் என்பதைக் கண்டறிந்து அங்கு வாடகைக்கு இடம் எடுப்போம்.

3. பின்னர் நம் தேவைக்கு ஏற்ப அந்த இடத்தை இன்டீரியர் செய்து வடிவமைப்போம்.

4. நம் பட்ஜெட்டுக்கு ஏற்ப நம் பிசினஸுக்கான விளம்பரத்தை பிட்நோட்டீஸ், வானொலி, தொலைக்காட்சி, பத்திரிகை எனத் தேர்ந்தெடுத்துக் கொடுக்க ஆரம்பிப்போம்.

ஆன்லைனில் வெப்சைட் அமைப்பதற்கும் இதே வழிமுறைகள் தான். நம் பிசினஸுக்குப் பொருத்தமான பெயரை தேர்ந்தெடுப்பதைப் போலதான் வெப்சைட்டுக்கானப் பெயரையும் தேர்ந்தெடுக்க வேண்டும்.

உதாரணத்துக்கு, Compcare Software Private Limited என்ற நிறுவனத்தின் வெப்சைட் முகவரி www.compcaresoftware.com. இதை டொமைன் நேம் (Domain Name) என்றும் சொல்லலாம். இதில் மூன்று பகுதிகள் இருப்பதை கவனிக்கவும்.

இதில் முதலாவதாக உள்ள www என்பது World Wide Web. இணையத்தில் உள்ள அத்தனை வெப்சைட்டுகளின் இனிஷியலும் இதுதான். எல்லாமே www என்றுதான் தொடங்கும்.

இரண்டாவது பகுதிதான் நம் நிறுவனத்தின் பெயர்.

மூன்றாவது பகுதி, நாம் என்ன பிசினஸ் செய்கிறோம் என்பதை வெளிப்படுத்தும். இங்கு .com என்பது வியாபார ரீதியாக செயல்படும் நிறுவனம் என்று பொருள்படும். அறக்கட்டளை மற்றும் சேவை மனப் பான்மையுடன் இயங்கும் நிறுவனங்கள் .org என்று முடிவடையும். வீடியோக்களுக்கான வெப்சைட்டாக இருந்தால் .tv என்று முடிவடையும். இதுபோல ஏராளமான இணைப்புப் பெயர்கள் உள்ளன.

ஆன்லைனில் நாம் தேர்ந்தெடுத்துள்ள வெப்சைட் முகவரியின் பெயரை நமக்கே நமக்கானதாக்கிக்கொள்ள அதை ரெஜிஸ்ட்டர் செய்ய வேண்டும். .com, .org, .tv இப்படி ஒவ்வொரு இணைப்புப் பெயருக்கும் கட்டணம் வேறுபடும். ஒவ்வொரு வருடமும் கட்டணம் செலுத்தினால் மட்டுமே அந்த டொமைன் பெயரை நாம் தக்க வைத்துக்கொள்ள முடியும். இல்லை எனில் அந்தப் பெயரை வேறு யார் வேண்டு மானாலும் விலைக்கு வாங்கிவிடலாம்.

உங்கள் பெயர் சுஜாதா, வித்தியாசமான படம் வரைந்து அதை உடையில் பிரின்ட் செய்துதருவது உங்கள் திறமை என்றால், www.sujathaarts.com என்பதை உங்கள் வெப்சைட்டின் பெயராக அமைத்துக்கொள்ளலாம். வெறும் சுஜாதாவாக வீட்டுக்குள் நான்கு சுவற்றுக்குள் வெளிப்பட்டு வந்த உங்கள் திறமை சுஜாதா ஆர்ட்ஸ் மூலம் இனி அகிலமெங்கும் பரவுவதோடு வருமானமும் கிடைக்கும்.

சரி, எங்கு யாரிடம் நம் வெப்சைட் பெயரை ரெஜிஸ்ட்டர் செய்வது?

7. புது அலுவலகத்துக்குப் பூஜைப் போடத் தயாரா?

காப்பி பேஸ்ட், லைக், ஷேர், கமென்ட் கலாச்சார இணைய வெளியில் பதிவாகும் தகவல்கள், புகைப்படங்கள், செய்திகள் போன்றவை நம் கவனத்துக்கு வராமலேயே ஏதேனும் ஓரிடத்தில் ஒரு வடிவில் சுற்றிக்கொண்டே இருக்கும்.

உங்கள் வெப்சைட்டுக்கானப் பெயரைத் தேர்ந்தெடுக்கும்போது கவனமாக இருக்க வேண்டும். எதிர்காலத்தில் ஏதேனும் ஒரு காரணத்தால் உங்கள் பிசினஸை நிறுத்திவிட்டீர்கள் என்றால்கூட, 'இன்னார் இந்த சேவையைக் கொடுக்கிறார். இவரது வெப்சைட் முகவரி இதோ...' என்று அந்தப் பெயர் இன்டர்நெட்டில் ஏதேனும் ஓர் இடத்தில் யாராலேனும் லிங்க்காக கொடுக்கப்பட்டிருக்கும்.

நோக்கத்தைச் சொல்லும் பெயர்

வெப்சைட்டின் பெயரை சென்டிமென்ட்டாக உங்கள் பர்சனல் பெயர், குழந்தைகள் பெயர் என வைத்துக்கொள்ளாமல், பெயரைப் பார்த்தவுடன் நீங்கள் செய்ய இருக்கும் பிசினஸ் அல்லது உங்கள் திறமையை உணர்த்தும் வகையில் தேர்ந்தெடுங்கள். வெப்சைட் பெயரை பார்வையாளர்கள் இணையத்தில் டைப் செய்து பார்க்கும் போது தவறில்லாமல் டைப் செய்யும்படி அதன் பெயர் சிறியதாக இருந்தால் மேலும் சிறப்பு.

உதாரணத்துக்கு www.divya.com, www.gokul.org என வெப்சைட்டுகளின் பெயர் இருந்தால் அவை என்ன மாதிரியான சர்வீஸைக் கொடுக்கின்றன என்பது தெரியாமல் போக வாய்ப்புண்டு. மாறாக, www.divyaarts.com, www.gokulcatering.org, www.kamalabooks.com என்று வெப்சைட்டுகளின் பெயர்கள் அமைந்தால் அவை சீக்கிரம் மக்களிடையே சென்றடையும்.

உங்கள் இலக்கும், கனவும் வெற்றியாக மட்டுமே இருக்க வேண்டும். எதிர்காலத்தில் உங்கள் வெப்சைட் பிரபலமடைந்து, பிராண்ட் ஆகும் என்ற கனவோடு கவனமாக வெப்சைட் பெயரை அமைத்துக்கொள்ளுங்கள்.

வெப்சைட்டின் பிறந்த நாளை மறக்காதீர்கள்

நீங்கள் தேர்ந்தெடுத்துள்ள வெப்சைட் பெயரை ரெஜிஸ்ட்டர் செய்துகொண்டுவிட்டால் உலகில் யாராலும் அந்தப் பெயரை

தனதாக்கிக்கொள்ள முடியாது. உங்கள் பிறந்த நாளை மறக்காமல் இருப்பதைப்போல உங்கள் வெப்சைட்டின் பிறந்த நாளையும் மறக்காமல் வைத்திருந்து கட்டணம் செலுத்திப் புதுப்பித்துக்கொள்ள வேண்டும். இல்லையெனில் அந்தப் பெயர் இணைய வெளியில் பொதுவில் விற்பனைக்கு வைக்கப்பட்டுவிடும். 'யாரோ என் வெப்சைட் பெயரை ஹேக் (Hack) செய்துவிட்டார்கள்' என புலம்பாமல் இருக்க புதுப் பிக்கும் இறுதிநாள்வரை காத்திருக்காமல் முன்கூட்டியே கட்டணம் செலுத்தி உங்கள் வெப்சைட் பெயரை உங்களுக்கானதாகவே வைத்துக்கொள்ளுங்கள்.

நீங்கள் செய்துகொண்டிருக்கும் பிசினஸுக்கான ஆன்லைன் ஆஃபீஸ் போல செயல்படும் வெப்சைட், நேரடியாக நீங்கள் செய்து வரும் பிசினஸின் பெயர் மற்றும் உங்கள் பெயர், திறமை, பணி போன்றவை ஒன்றுக்கொன்று தொடர்புடையது. எனவே, உங்கள் பணி பிராண்ட் ஆகும்படி வெப்சைட் பெயரை அமைத்துக்கொள்ளுங்கள்.

வெப்சைட் பெயரைத் தேடலாமா?

நீங்கள் தேர்ந்தெடுத்துள்ள வெப்சைட் (டொமைன்) பெயர் இணையத்தில் வேறு யாராலேனும் இதற்கு முன்பே ரெஜிஸ்ட்டர் செய்யப்பட்டுள்ளதா என்பதைத் தெரிந்துகொள்ள முடியும். இதற்கு www.whois.com என்ற வெப்சைட் உதவுகிறது.

இதில் Get a Domain Name என்ற தலைப்பின் கீழுள்ள சர்ச் பாக்ஸில் நமக்குத் தேவையான வெப்சைட்டின் பெயரை டைப் செய்து

Search என்ற பட்டனை கிளிக் செய்ய வேண்டும். அந்தப் பெயரை இதுவரை இணையத்தில் யாரும் பயன்படுத்தவில்லை என்றால் Available என்ற தகவலும், முன்பே வேறு யாராவாது ரெஜிஸ்ட்டர் செய்திருந்தால் Unavailable என்ற தகவலும் வெளிப்படும். மேலும் நாம் தேர்ந்தெடுத்துள்ள டொமைன் பெயருக்கு இணையாக உள்ள சில டொமைன் பெயர்களை வெளிப்படுத்தும்.

உதாரணத்துக்கு divyaarts.com என்பது ஏற்கெனவே ரெஜிஸ்ட்டர் செய்யப்பட்டுவிட்டதால் Unavailable என்ற தகவலும், அதன் கீழேயே அதற்கு இணையான சில டொமைன் பெயர்கள் divyaarts.in, divyaarts.co.in, divyaarts.net என பட்டியலிடப்பட்டிருப்பதைக் காணலாம். அதில் இருந்து நமக்குத் தேவையான பெயரைத் தேர்ந்தெடுத்துக் கொள்ளலாம்.

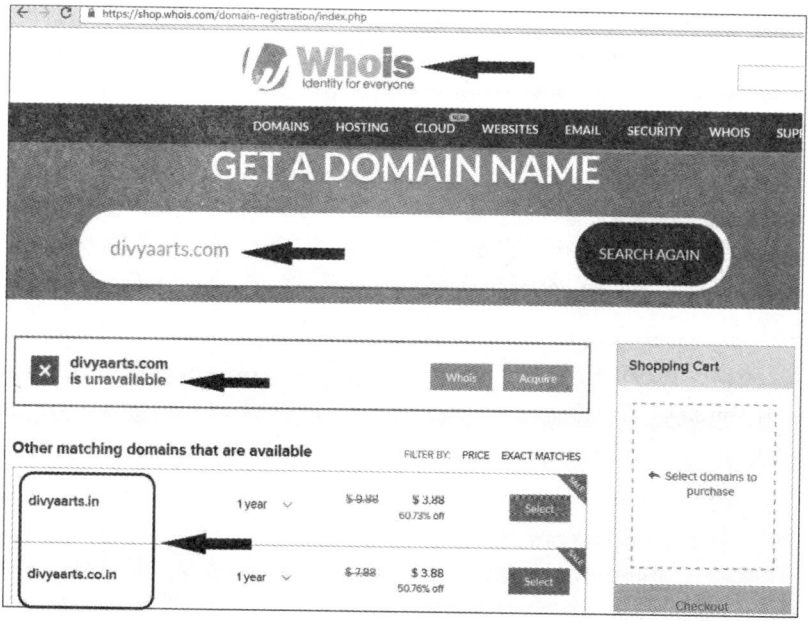

வெப்சைட் பெயரை எங்கு ரெஜிஸ்ட்டர் செய்யலாம்?

ஏர்டெல், ஏர்செல், வோடஃபோன், பி.எஸ்.என்.எல் என்று ஏராளமான செல்போன் சர்வீஸ் புரொவைடர்கள் இருப்பதைப் போல இணையத்தில் வெப்சர்வீஸ் புரொவைடர்களாக செயல் படும் நிறுவனங்கள் ஏராளமாக உள்ளன. வெப்சைட் பெயரை ரெஸிட்டர் செய்தல், வெப்சைட்டுக்கான இடத்தை வாடகைக்குத்

தருதல், வெப்சைட்டை வடிவமைத்தல் என வெப்சைட் தொடர்பான அனைத்துப் பணிகளையும் இவை செய்து தருகின்றன.

உதாரணம்: www.bigrock.in, www.goddaddy.com, http://www.registerdomainsindia.in, www.bluehost.in, www.wpengine.com, www.myhosting.com.

இவர்களை அணுகினால் உங்கள் வெப்சைட் பெயரை ரெஜிஸ்ட்டர் செய்து தருவார்கள். நீங்களாகவேகூட இவர்களின் வெப்சைட் மூலம் ஆன்லைனில் கட்டணம் செலுத்தி ரெஜிஸ்ட்டர் செய்துகொள்ளலாம்.

கட்டணம் எவ்வளவு?

வெப்சைட் பெயரில் .com. .org. in என்றுள்ள இறுதிப் பகுதி ஒவ்வொன்றுக்கும் தனித்தனிக்கட்டணம். உதாரணத்துக்கு, .com ரூபாய் 600, .in ரூபாய் 950, .org ரூபாய் 750. எந்த நேரத்திலும் இந்தக் கட்டணங்கள் மாற்றத்துக்குட்பட்டவை. மேலும், நிறுவனத்துக்கு நிறுவனம் கட்டணமும் வேறுபடும்.

போட்டிகள் நிறைந்த கமெர்ஷியல் உலகில் வெப்சர்வீஸ் புரொவைடர்கள் பல்வேறு இலவசங்களைக் கொடுத்து மக்களைக் கவர்கிறார்கள். ‘ஒன்று வாங்கினால் ஒன்று இலவசம்’ என்ற விற்பனைத் தந்திரத்தை இவர்களும் கடைப்பிடித்து, ஒரு டொமைன் வாங்கினால் ஒரு டொமைன் இலவசம் என விளம்பரப்படுத்துகிறார்கள்.

உதாரணத்துக்கு, www.divyaarts.com என்ற உங்கள் டொமைன் பெயரை ரெஜிஸ்ட்டர் செய்தால் www.divyapaintings.com போல உங்களுக்கு விருப்பமான மற்றொரு டொமைனை இலவசமாக ரெஜிஸ்ட்டர் செய்து தருவார்கள்.

நம்பகமான சர்வீஸ் புரொவைடரைத் தேர்ந்தெடுத்து உங்களுக்கான டொமைன் பெயரை ரெஜிஸ்ட்டர் செய்துகொண்டுவிட்டால் உங்கள் ஆன்லைன் ஆஃபீஸுக்கு பூஜை போட்டாகிவிட்டீர்கள் என்று பொருள்.

உங்கள் பிசினஸுக்கு அடிப்படையான வெப்சைட்டுக்கு மட்டும் கொஞ்சம் செலவு செய்து ஆன்லைனில் ஆஃபீஸ் உருவாக்கிவிட்டால் போதும், அதைப் பிரபலப்படுத்தவும், விளம்பரப்படுத்தவும், விரிவுபடுத்தவும் இணையத்தில் இலவசமாகப் பயன்படுத்த ஏராளமான வசதிகள் கொட்டிக்கிடக்கின்றன.

8. இணையத்தில் வாடகைக்கு இடம் பார்த்தாச்சா?

பத்தாம் வகுப்புப் படித்துவிட்டு ஒரு போட்டோ ஸ்டுடியோவில் கட்டராகப் பணியில் சேர்ந்து படிப்படியாக முன்னேறி புகைப் படங்களை லேஅவுட் செய்யும் அளவுக்கு முன்னேறி மாதம் 10,000 ரூபாய் சம்பளம் வாங்கிவந்த ஒரு கிராஃபிக்ஸ் ஆர்டிஸ்ட் அந்தப் பணியை விட்டு, வீட்டில் இன்டர்நெட் இணைப்புடன் கூடிய கம்ப்யூட்டர் ஒன்றை வாங்கி வைத்துக்கொண்டு, கிளையிண்ட்டுகளை உருவாக்கி அதே பணியை செய்து மாதம் 25,000 வரை சம்பாதிக்கும் நிலைக்கு உயர்ந்துள்ளார்.

இதுநாள்வரை உங்களிடம் உள்ள திறமையை வீட்டுக்குள்ளேயே வெளிப்படுத்தி வருகிறீர்களா அல்லது ஏதேனும் ஒரு இடத்தை வாடகைக்கு எடுத்து அலுவலகம் அமைத்து பிசினஸ் செய்து கொண்டிருக்கிறீர்களா அல்லது இனிதான் உங்கள் திறமையை பிசினஸ் ஆக்க வேண்டுமா... எதுவானாலும் சரி, உங்களுக்குத் தேவை, ஆன்லைன் அலுவலகமான வெப்சைட்.

தீபாவளி, பொங்கல் என பண்டிகை தினம் வந்தாலே, நம் எல்லோர் மனநிலையும் புதுத்துணி வாங்கும் ஷாப்பிங் மோடில்தான். சாலையெங்கும் வண்ணமயமான அலங்காரங்கள் கண்களுக்கும், தள்ளுபடி அறிவிப்புகள் மனதுக்கும் இதமளிக்க பிரமாண்டமான கட்டிடங்கள் நம்மை சந்தோஷமாக வரவேற்கும். கட்டிடத்தை விடவும் நம்மை ஈர்ப்பது அவற்றின் பெயர்கள்தான். திசைக்கு ஒன்றாக போத்தீஸ், சென்னை சில்க்ஸ், ஆர்.எம்.கே.வி, நல்லி என பிராண்ட் ஆகியுள்ளன துணிக்கடைகள். அவை அனைத்தும் அவற்றின் பெயர்கள் மூலமே பிரபலமாகியுள்ளன. மேலும் www.pothys.com, www.thechennaisilks.com, www.rmkv.com, www.nalli.com என்று அவர்கள் வெப்சைட்டுகளின் பெயரும் அதே பிராண்டில் இருப்பதை கவனிக்கவும்.

எனவே உங்கள் வெப்சைட்டின் பெயரே உங்கள் அடையாளமாக வேண்டும் என்பதை நினைவில் வைத்து வெப்சைட்டின் பெயரைத் தேர்ந்தெடுங்கள்.

இணையத்தில் வாடகைக்கு இடம்

வெப்சைட்டுக்குப் பெயரைத் தேர்ந்தெடுத்து ரெஜிஸ்ட்டர் செய்த பிறகு, இணையத்தில் இடம் வாங்க வேண்டியதுதான் உங்கள் அடுத்த கட்ட வேலை.

உங்கள் பிசினஸுக்கு வாடகைக்கு இடம் எடுப்பதைப்போலவே ஆன்லைனில் உங்கள் பிசினஸுக்கு வாடகைக்கு இடம் வாங்க பல நிறுவனங்கள் உள்ளன.

வெப்சைட்டின் பெயரை ரெஜிஸ்ட்டர் செய்த வெப்சர்வீஸ் புரொவைடர் நிறுவனத்திடமே இணையத்தில் உங்கள் பிசினஸுக்கான இடத்தையும் கட்டணம் செலுத்தி வாங்கிக்கொள்ளலாம்.

கட்டிடத்தை வாடகைக்கு எடுக்கும்போது 750 சதுர அடி, 1000 சதுர அடி, 1200 சதுர அடி என நம் பிசினஸுக்குத் தேவையான அளவு இடத்தைத் தேர்ந்தெடுப்போம்தானே. சிங்கிள் பெட் ரூம், டபுள் பெட் ரூம், த்ரிபில் பெட் ரூம் என அறைகளின் எண்ணிக்கைக்கு ஏற்ப வாடகையிலும் ஏற்ற இறக்கம் இருக்குமல்லவா?

அதுபோலவேதான் இணையத்தில் வெப்சைட்டுக்கான இடத்தின் அளவுக்கு ஏற்ப வாடகையிலும் மாற்றம் இருக்கும். வெப்சைட்டுகளின்

இடம் 100 GB, 200 GB, 500 GB என்ற அளவுகோலில் விற்பனை செய்யப்படுகின்றன. நம் பிசினஸுக்குத் தேவையான இடத்தை கட்டணம் செலுத்தி வாங்கிக்கொள்ளலாம்.

வெப்சைட் முகவரியைப் போலவே, வெப்சர்வரில் நாம் எடுத்துள்ள இடத்துக்கும் வருடா வருடம் கட்டணம் செலுத்த வேண்டும்.

வெப்சைட்டுக்கான இடத்தை எப்படி தேர்வு செய்வது?

உதாரணத்துக்கு உங்கள் குடும்பத்தில் 4 நபர்களுடன் வாஷிங் மெஷின், டிஷ் வாஷர், டிவி, ஃப்ரிட்ஜ், பீரோக்கள் இருந்தால் உங்களுக்கு டபுள் பெட்ரூம் வீடு போதுமானதாக இருக்கும். அதுவே 6 நபர்களாக இருக்கும்பட்சத்தில் த்ரிபில் பெட்ரூம் வீடு தேவையாக இருக்கும்.

வீட்டில் உள்ள நபர்களுக்கும், பொருட்களுக்கும் ஏற்ப எப்படி வீடு பார்க்கிறோமோ அதைப்போல நம் வெப்சைட்டில் நாம் பதிவு செய்ய இருக்கும் தகவல்களுக்கும், புகைப்படங்களுக்கும், வீடியோக்களுக்கும் ஏற்ப இடத்தைத் தேர்வு செய்ய வேண்டும்.

வாடகைக்கு இடத்தை எங்கு வாங்கலாம்?

இணையத்தில் வெப்சைட் பெயரை ரெஜிஸ்ட்டர் செய்தல், வெப்சைட்டுக்கான இடத்தை வாடகைக்குத் தருதல், வெப்சைட்டை வடிவமைத்தல் என வெப்சைட் தொடர்பான அனைத்துப் பணிகளையும் செய்து தரும் www.bigrock.in, www.goddaddy.com போன்ற வெப்சர்வீஸ் புரொவைடர்களை அணுகினால் வெப்சைட் பெயரை ரெஜிஸ்ட்டர் செய்துகொள்வதுடன் தேவையான இடத்தையும் வாங்கிக் கொள்ளலாம். உங்கள் தேவையைச் சொன்னால் எவ்வளவு இடம் தேவை என அவர்களே உங்களுக்கு ஆலோசனையும் வழங்குவார்கள்.

இணையத்தில் வாடகை எவ்வளவு?

இணையத்தில் இடத்தை வாடகைக்குக் கொடுக்கும் வெப்சர்வீஸ் புரொவைடர்கள் அவரவர்கள் விற்பனை மற்றும் வியாபாரக் கொள்கைகளுக்கு ஏற்ப வாடகையை நிர்ணயம் செய்திருப்பார்கள். உதாரணத்துக்கு, 100 GB அளவுள்ள இடத்துக்கு வருடாந்திர வாடகை ரூபாய் 2000, 200 GB அளவுக்கு இடத்துக்கு ரூபாய் 3000, அளவில்லாமல் எவ்வளவு இடத்தை வேண்டுமானாலும் பயன் படுத்தலாம் என்ற 'அன்லிமிடெட் ஸ்பேஸ்' ஆப்ஷனுக்கு வாடகை ரூபாய் 10000 என வாடகை இருக்கலாம். எல்லாம் அவரவர்கள் கொள்கைதான். நாம்தான் நல்ல நிறுவனமாக பார்த்து இணையத்தில் இடத்தை வாடகைக்கு எடுக்க வேண்டும்.

வருடாவருடம் குறிப்பிட்டத் தேதியில் மறக்காமல் இணைய இடத்துக்கான வாடகையை செலுத்த வேண்டும். இல்லையெனில், மாதாமாதம் சொன்ன தேதியில் வாடகைக் கொடுக்காவிட்டால் வீட்டு உரிமையாளர் என்ன செய்வாரோ அதேயேத்தான் இணையத்தில் வெப்சைட்டுக்கு இடமளித்த உரிமையாளரும் செய்வார்.

முதலில் உங்கள் மொபைலிலும், இமெயிலிலும் ரிமைண்டர் கொடுப்பார்கள். ஒருசில நிறுவனங்கள் தொலைபேசி மூலமும் பேசி நினைவூட்டுவார்கள். அதற்கும் நீங்கள் மசியவில்லை என்றால் ஒரு வார காலத்துக்குள் உங்கள் வெப்சைட்டில் உள்ள தகவல்கள் அனைத்தையும் இணையத்தில் இருந்து எடுத்துவிடுவார்கள். வெப்சைட்டின் பெயரை நீங்கள் டைப் செய்து பார்த்தால் THIS WEBSITE NOT FOUND என்ற தகவலே வெளிப்படும்.

9. உங்கள் வெப்சைட் சுவரை வாடகைக்கு விடலாமா?

ஆன்லைனில் உங்கள் அலுவலகத்துக்குப் பெயர் சூட்டி, இடத்தையும் தேர்ந்தெடுத்து வாங்கிவிட்டால், அடுத்தகட்ட வேலை உங்கள் தேவைக்கு ஏற்ப அதை வடிவமைக்க வேண்டும்.

உலகப் புகழ்பெற்ற கூகுள் நிறுவனம் உங்கள் வெப்சைட்டில் குறிப்பிட்ட இடத்தை அவர்களுக்கு வாடகைக்கு விட்டு பணம் சம்பாதிக்க வழிவகுத்துள்ளது.

பத்திரிகைகளில் வெளிவரும் விளம்பரங்களைப் பார்த்திருப்பீர்கள் தானே. வரி விளம்பரங்கள், கால்பக்கம், அரைப் பக்கம், முழுப் பக்கம் என விளம்பரங்களுக்கு அளிக்கப்படும் இடத்துக்கு ஏற்ப கட்டணமும் வேறுபடும் அல்லவா. பத்திரிகைகள் நமக்காக இடம் கொடுத்து நம் விளம்பரத்தை வெளிப்படுத்த நம்மிடம் கட்டணம் வாங்கிக்கொள் கிறார்கள்.

அதுபோல இன்டர்நெட்டில் நமக்கு ஒரு வெப்சைட் இருந்தால் அதில் கூகுள் போன்ற நிறுவனங்களுக்கு சில பகுதிகளை ஒதுக்கி அவர்கள் விளம்பரத்தை வெளிப்படுத்த அனுமதி கொடுத்து அவர்களிடம் இருந்தே வருமானம் பெற முடியும். இதற்கு ஆட்சென்ஸ், ஆட்வேர்ட், ஆட்சாய்ஸ் என்றெல்லாம் பெயர் உண்டு.

நம் வெப்சைட்டில் நாம் ஒதுக்கிக் கொடுக்கும் இடத்தில் கூகுள் விளம்பரங்களை வெளிப்படுத்தும். அந்த விளம்பரங்களுக்கு கிடைக்கின்ற பார்வையாளர்களைப் பொறுத்து நமக்கு பணம் கொடுப்பார்கள்.

இவ்வாறு நம் வெப்சைட்டில் கூகுள் விளம்பரப்படுத்திக்கொள்ள வகை செய்ய வேண்டுமானால், நம் வெப்சைட்டை அதற்கேற்ப டிஸைன் செய்ய வேண்டும். நம் வெப்சைட்டின் கன்டெண்ட்டும் அதற்கேற்ப இருக்க வேண்டும்.

வெப்சைட் இப்படித்தான் இருக்க வேண்டும்!

வெப்சைட்டின் பெயர், அதற்கான இடம் போன்றவற்றை கட்டணம் செலுத்தி பெறுவதைப்போல வெப்சைட்டை வடிவமைக்கவும்

கட்டணம் செலுத்த வேண்டும். நீங்களே வெப்டிஸைனர் என்றால் கட்டணம் செலுத்தத் தேவையில்லை, நீங்களாகவே வடிவமைத்துக் கொள்ளலாம்.

வெப்சைட்டுகளை வடிவமைப்பதற்கும் ஏராளமான நிறுவனங்கள் இருக்கின்றன. வெப்சைட்டின் பெயர் மற்றும் வெப்சர்வரில் இடம் போன்றவற்றை கொடுக்கின்ற வெப்சர்வீஸ் புரொவைடர்களே வெப்சைட்டை வடிவமைக்கும் பணியையும் செய்து தருகிறார்கள்.

வெப்சைட்டுகளை வடிவமைக்கும் பணியை செய்வதற்கென்றே பிரத்யேகமாக வெப்டிஸைனர்களும் இருக்கிறார்கள்.

உங்களுக்குப் பொருத்தமான வெப்சைட்

நேரடியாக பிசினஸ் செய்யும்போது, புத்தகக் கடை வைக்கப் போகிறீர்கள் என்றால் அதற்கேற்ப புத்தக அலமாரிகளைத் தயார் செய்வீர்கள். துணிக்கடை என்றால் ஒவ்வொரு ஆடைவகைக்கும் தனித்தனி கவுன்ட்டர்கள் அமைப்பீர்கள். உங்கள் பிசினஸ் மளிகைக் கடை என்றால் மளிகைப் பொருட்களை ஷோ கேஸ் செய்வதற்கு பெரிய பெரிய ஷெல்பாக அமைப்பீர்கள். ஆர்ட் கேலரி என்றால் சுவற்றில் ஆணி அடித்து புகைப்படங்களையும், ஓவியங்களையும் மாட்டி ஷோ கேஸ் செய்வீர்கள்.

இதுபோலதான் ஆன்லைனில் வெப்சைட் அமைக்கும்போதும் உங்கள் பிசினஸுக்கு ஏற்றாற்போல் வெப்சைட் டிஸைனை தேர்ந் தெடுக்க வேண்டும்.

உங்கள் திறமைகளை மட்டும் ஷோ கேஸ் செய்தால் போதும் என்றால் புகைப்படங்கள் அடங்கிய வெப்சைட், ஷோ கேஸ் செய்தால் மட்டும் போதாது, விற்பனையும் செய்ய வேண்டும் என்றால் ஆன்லைன் சேல்ஸுடன் இணைந்த வெப்சைட், ஆன்லைனில் டிவி நடத்த வேண்டும் என்றால் யு-டியூபுடன் இணைந்த வெப்சைட், ஆன்லைன் பத்திரிகை நடத்த வேண்டும் என்றால் பிளாக் மற்றும் ஃபிளிப் புக்ஸுடன் இணைந்த வெப்சைட் என்று வெப்சைட்டுகள் அமையப்பெற வேண்டும்.

வெப்சைட்டில் சேல்ஸ் செய்ய வேண்டும் என்றால் பே பால் (Pay Pal), கூகுள் வேலட் (Google Wallet), ஸ்கிரில் (Skrill), பேயானீர் (Payoneer) போன்ற நிறுவனங்கள் மூலம்தான் பண பரிவர்த்தனை நடைபெறும். இதற்காக தனியாக கட்டணம் செலுத்த வேண்டி இருக்கும்.

இப்படி ஆன்லைனில் உங்களுக்கான வெப்சைட்டை அமைத்து முழுமையாக பிசினஸ் செய்ய வேண்டும் என்றால் தொடக்கத்தில் கொஞ்சம் செலவு செய்யத்தான் வேண்டும்.

கூகுளுக்கு வாடகைக்கு இடம் கொடுப்பதாக இருந்தால் வெப்சைட்டை வடிவமைக்கும்போதே, அதற்கான இடத்தையும் ஒதுக்கி அதற்கேற்ப டிஸைன் செய்தால், வெப்சைட்டில் பெரிய மாற்றங்கள் ஏதும் செய்யாமல் கூகுள் விளம்பரங்களை வெளிப்படுத்த அனுமதிக்கொடுக்கலாம். வெப்டிஸைன் செய்பவர்களிடம் உங்கள் நோக்கத்தைச் சொல்லி வடிவமைத்துக்கொள்ளுங்கள்.

வெப்சைட்டை வடிவமைக்க உதவும் சாஃப்ட்வேர்கள்

வேர்ட் பிரஸ் (Wordpress), ஜூம்லா (Joomla), ட்ரூபால் (Drupal) போன்ற சாஃப்ட்வேர்கள் மிக சுலபமாக வெப்சைட்டுகளை வடிவமைக்க உதவுகின்றன. இவை அனைத்தும் ஓபன் சோர்ஸ் (Open Source) சாஃப்ட்வேர்கள். அதாவது ஏற்கெனவே வடிவமைக்கப்பட்ட ஏராளமான டிஸைன்களை உள்ளடக்கியவை. அவை PHP போன்று ஏதேனும் ஒரு கம்ப்யூட்டர் மொழியில் எழுதப்பட்ட புரோகிராம்களின் சாஃப்ட்வேர் தொகுப்புகள்.

கம்ப்யூட்டர் சாஃப்ட்வேர் மொழிகளில் புலமை பெற்றவர்கள் ஏற்கெனவே எழுதப்பட்ட புரோகிராம்களில் ஏதேனும் மாற்றம் செய்தும் வடிவமைக்கலாம்.

வெப்சைட் சூட்சுமம்

புரோகிராம் மற்றும் சாஃப்ட்வேர்களில் புலமை ஏதும் கிடையாது, வேர்ட், எக்ஸல் போன்ற அடிப்படை சாஃப்ட்வேர்களை மட்டுமே கையாளத் தெரியும் என்பவர்கள் மேலே சொன்ன வெப்டிஸைன் சாஃப்ட்வேர்களை அப்படியே பயன்படுத்தலாம். எம்.எஸ்.வேர்டில் ஒரு டேபிள் வடிவமைப்பதைப்போல, புகைப் படத்தை இணைப்பதைப்போல, கலர் கலராக எழுத்துக்களை டைப் செய்து லே அவுட் செய்வதைப் போல இந்த சாஃப்ட்வேர்களையும் பயன்படுத்தலாம்.

இதில் உள்ள டிஸைன் பகுதிகள் WYSIWYG (What you see is what you get) முறையில் வடிவமைக்கப்பட்டிருக்கும். அதாவது நாம் கண்களால் பார்ப்பவை அப்படியே டிஸைன் செய்யும்போதும் கிடைக்கும் என்று பொருள். எல்லாமே டெம்ப்ளேட் போல குழந்தைகள் கூட கையாளும் விதத்தில் வடிவமைக்கப்பட்டிருக்கும். உங்கள் கற்பனைக்கு ஏற்ப எடுத்துப் பயன்படுத்துவதில்தான் சூட்சுமம் உள்ளது.

உங்கள் வெப்சைட்டில் கூகுளுக்கு இடம்கொடுத்து அதன் மூலம் பணம் சம்பாதிக்கும் வழிமுறைகளை கையாளலாம்.

10. விளம்பரம் மூலம் வருமானம்

கூகுள் நிறுவனத்தின் Adsense, Adword போன்ற வசதிகள் மூலம், இன்டர்நெட்டில் வருமானம் பெற முடியும்.

பஸ், ரயில் பிரயாணங்களில் நம்மைக் கடந்து செல்லும் சுவர்களை அரசியல் மற்றும் வியாபார நிறுவனங்களின் விளம்பரங்கள் ஆக்கிரமித்திருப்பதை பார்த்திருப்போம்.

இதுபோல நம் வெப்சைட்டில் பிற நிறுவனங்களின் விளம்பரங் களைப் போடுவதற்கு அனுமதிகொடுத்து அதற்கு அவர்களிடம் இருந்து கட்டணத்தைப் பெறுவது ஒருவகையான வியாபார உத்தி. இதற்கு நாம்தான் மார்கெட்டிங் செய்ய வேண்டும். தினந்தோறும் நீங்கள் பார்க்கின்ற வெப்சைட்டுகள் அத்தனையிலும் விளம்பரங்கள் ஆங்காங்கே வெளிப்பட்டிருப்பதைப் பார்த்திருப்பீர்கள். அவை இந்த வகையைச் சேர்ந்தது.

மற்றொரு உத்தி, நம் வெப்சைட்டின் சில பகுதிகளை அப்படியே கூகுளுக்கு வாடகைக்கு விட்டுவிட்டால் அவர்கள் அந்த இடங்களில் விளம்பரங்களை வெளிப்படுத்திக்கொள்வார்கள். நமக்கு அதற்கான கட்டணத்தையும் கொடுப்பார்கள்.

கூகுள் வெளிப்படுத்தும் விளம்பரங்களில் Ads by Google, AdChoices, AdWords என்ற இணைப்பு வார்த்தைகள் இருப்பதை கவனியுங்கள். இதற்கு நீங்கள் மார்க்கெட்டிங் செய்ய வேண்டாம்.

கூகுள் அவற்றைப் பார்த்துக்கொள்ளும். உங்கள் சார்பில் மார்க்கெட்டிங் செய்து, விளம்பரம் பெற்று அவற்றை உங்கள் வெப்சைட்டில் வெளிப் படுத்திக் கட்டணமும் கொடுக்கும்.

ஆட்சென்ஸ் (AdSense) என்றால் என்ன?

கூகுள், கல்வி-மருத்துவம்-ஆராய்ச்சி நிறுவனங்கள், வர்த்தக நிறுவனங்கள், விளம்பர நிறுவனங்கள் போன்றவர்களிடம் விளம்பரங் களை, நல்ல விலைக்குப் பெறுகிறது. பிறகு, இன்டர்நெட்டில் வெப்சைட்டுகளை வைத்திருப்பவர்களிடம், அவர்கள் வெப்சைட்டில் விளம்பரங்களை வெளிப்படுத்தத் தேவையான இடத்தை அவர்கள் அனுமதியுடன் எடுத்துக்கொண்டு, அதில் அந்த விளம்பரங்களை வெளிப்படுத்துகிறது. இதற்கு ஆட்சென்ஸ் என்று பெயர்.

நம் வெப்சைட்டில் கூகுள் நிறுவனத்துக்கு இடத்தைக் கொடுத்து அதன் விளம்பரங்களை வெளிப்படுத்த நாம் அனுமதிக்கலாம். நம் அனுமதி இல்லாமல் கூகுளோ அல்லது வேறு எந்த நிறுவனமோ இன்டர்நெட்டில் நம் இடத்தை ஆக்கிரமிக்க இயலாது.

நம் வெப்சைட்டின் கன்டென்ட்டுக்கு ஏற்ப பொருத்தமான விளம்பரங்களை கூகுள் வெளியிடுவதால் நம் வெப்சைட்டுக்கு வருகின்ற பார்வையாளர்கள் அந்த விளம்பரங்களையும் கிளிக் செய்து பார்ப்பார்கள்.

உதாரணத்துக்கு ஷாப்பிங் செல்லும்போது நாம் வாங்க விரும்பும் ஒருபொருள் ஒரு குறிப்பிட்டக் கடையில் கிடைத்தாலும், ஒன்றுக்கும்

மேற்பட்ட கடைகளில் ஏறி இறங்கி விலை மற்றும் தரத்தை ஒப்பிட்டுப் பார்ப்போம்தானே? இதே உத்தியைத்தான் கூகுள் பிசினஸில் பயன்படுத்துகிறது.

ஒரு விளம்பரம் எத்தனை முறை கிளிக் செய்யப்படுகிறது என்பதை கணக்கில்கொண்டு, அதற்கேற்ப நமக்கு கட்டணம் கிடைக்கும்.

ஆட்வேர்ட் (Adword) என்றால் என்ன?

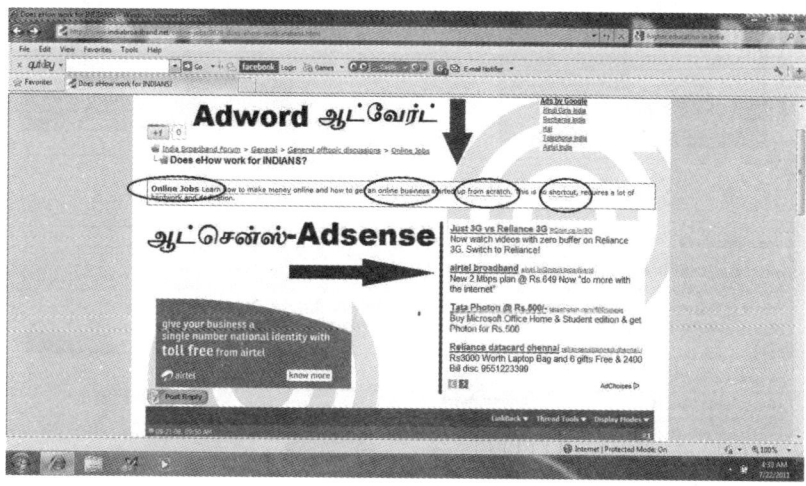

ஆட்சென்ஸைப் போலவே, ஆட்வேர்டும் கூகுள் நிறுவனத்தால் கொடுக்கப்படும் விளம்பர வசதியாகும். ஆம். கூகுள் நிறுவனம், விளம்பரங்கள் கொடுக்க விரும்பும் நிறுவனங்களிடம் இருந்து விளம்பரங்களை நல்ல விலைக்குப் பெறுகிறது. பிறகு, இன்டர்நெட்டில் வெப்சைட்டுகளையும், வைத்திருப்பவர்களிடம், அவர்கள் வெப்சைட்டில் உள்ள தகவல்களில் வெளிப்பட்டுள்ள வார்த்தைகளுக்குப் பொருத்தமான விளம்பரங்களை இணைக்கிறது.

இன்டர்நெட் பார்வையாளர்கள் வெப்சைட்டுகளில் உள்ள தகவல்களைப் பார்வையிடும்போது, கூகுள் நிறுவனம் இணைத்துள்ள விளம்பர வார்த்தைகளைக் கிளிக் செய்தால், வெப்சைட்டின் உரிமையாளருக்கு கூகுள் நிறுவனம் உரிய தொகையைக் கொடுக்கிறது.

கூகுள் நிறுவனம் கொடுக்கும் விளம்பரங்களின் வகைகள்

கூகுள் நிறுவனம், எழுத்து, படம், வீடியோ, லிங்குகள் என பல்வேறு வடிவங்களில் நம் வெப்சைட்டில் விளம்பரங்களை வெளிப்படுத்தி, அதற்கேற்ப கட்டணங்களை நமக்குக் கொடுக்கிறது.

48   வீட்டில் இருந்தே சம்பாதிக்கலாம்

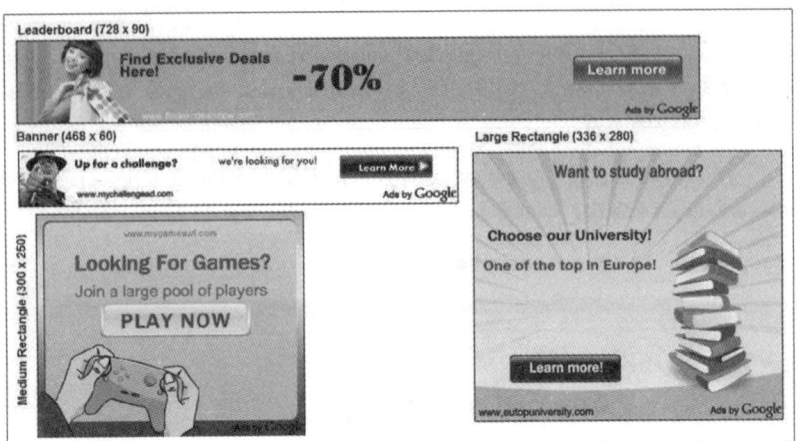
Display Ad.

Text Ad.

Video Ad.

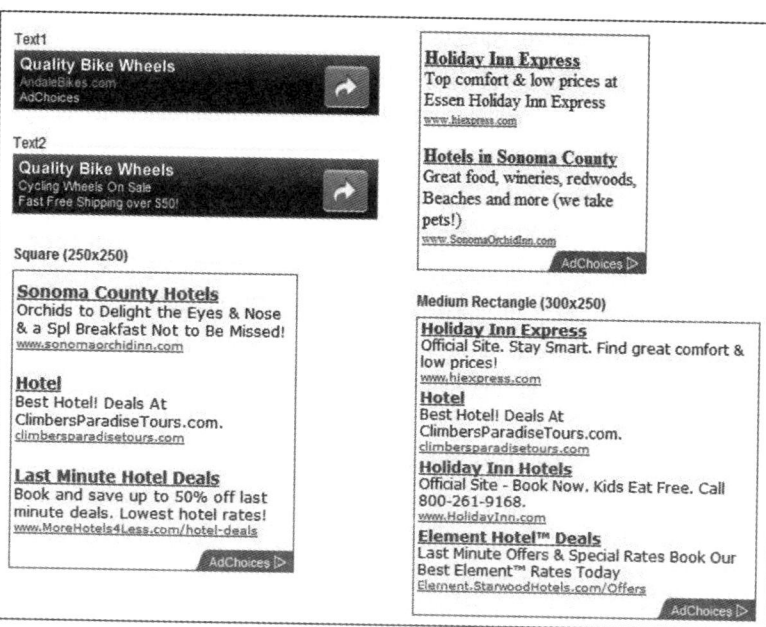

Mobile Ad.

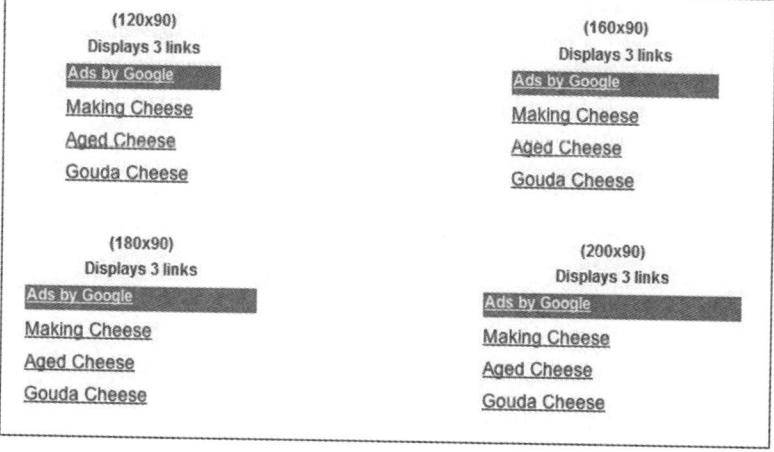

Link Units

நம் வெப்சைட்டுகளின் தரம்

1. கூகுள் நிறுவனம் நம் வெப்சைட்டுகளில் விளம்பரங்களை வெளிப்படுத்த, அவற்றின் தரம் சிறப்பானதாக இருக்க வேண்டும்.

2. நாம் வெளிப்படுத்தும் தகவல்கள், புகைப்படங்கள், வீடியோக்கள் போன்றவை நமக்கு சொந்தமானதாக இருக்க வேண்டும்.

3. அதிகக் கட்டணத்தைப் பெற, நம் வெப்சைட்டில் வெளிப்படும் விளம்பரங்களை நாமே அடிக்கடி கிளிக் செய்து கிளிக்குகளின் எண்ணிக்கையை அதிகரிக்கக் கூடாது. அப்படி கிளிக் செய்தால் கூகுள் நிறுவனம் அந்த விளம்பரங்களை எடுத்து விடுவதோடு நமக்குத் தொடர்ச்சியாக அந்த சர்வீஸை அளிக்காது.

4. நம் வெப்சைட்டில் வெளிப்படும் விளம்பரங்களை பார்வையாளர்கள் பார்வையிடும்போது, அவர்கள் அவற்றைக் கிளிக் செய்து பார்த்தால்தான் நம் அக்கவுன்ட்டுக்குப் பணம் கிடைக்கும். யாருமே கிளிக் செய்து பார்க்கவில்லை என்றால், பணம் கிடைக்காது. எனவே, நம் வெப்சைட்டில் நாம் வெளிப்படுத்தும் தகவல்களை அவ்வப்போது புதுப்பித்துக் கொண்டே இருக்க வேண்டும். மேலும், நம் வெப்சைட்டை நம் நண்பர்கள், பத்திரிகைகள், மற்ற வெப்சைட்டுகள் போன்றவற்றில் விளம்பரப்படுத்த வேண்டும்.

5. வன்முறை, புகையிலை, சிகரெட், மது, பாலியல் சம்பந்தப்பட்ட விஷயங்கள், சூதாட்டம் போன்ற தகவல்கள் எந்த வடிவத்தில் நம் இடத்தில் வெளிப்படுத்தப்பட்டிருந்தாலும் நம் வெப்சைட்டில் கூகுள் நிறுவனம் விளம்பரங்களை வெளிப்படுத்தாது.

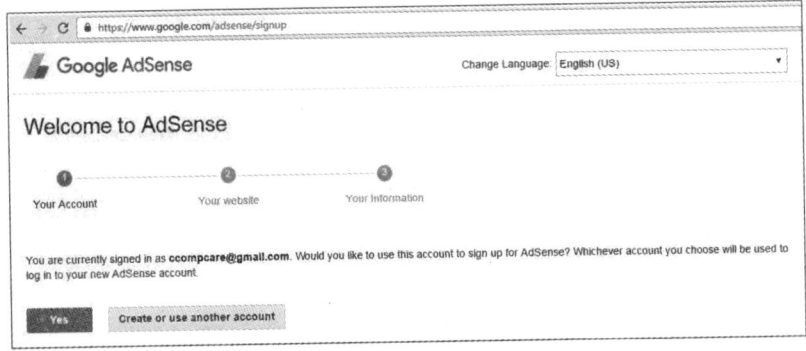

நம் வெப்சைட்டுகளில் கூகுள் விளம்பரங்கள்

உங்கள் வெப்சைட்டில் கூகுள் நிறுவனத்தின் விளம்பர சேவையைப் பயன்படுத்த விரும்பினால், கீழ்க்காணும் வெப்சைட் முகவரி மூலம் அவர்களைத் தொடர்புகொண்டு, அவர்களின் வழி முறைகளையும் விதிமுறைகளையும் பின்பற்றி, அவர்கள் சேவையை முழுமையாகப் பயன்படுத்திக்கொள்ளலாம்.

https://www.google.com/adsense/g-app-single-1.

11. வாடகை இடத்தை விற்கலாமா?

ஆன்லைனில் அலுவலகம் தொடர்பாக ஒரு ஒர்க்ஷாப் நடத்தியிருந்தோம். அப்போது ஒரு வாசகர் கேட்ட சுவாரஸ்யமான கேள்விக்கு பதில் அளிப்பதன் மூலம் பலரது சந்தேகங்களுக்கு விடைகொடுக்க முடியும் என்பதால் அதை விளக்குகிறேன். 'இணையத்தில் இடம் வாங்கிப் போடுவதால் என்ன பயன்? குறைந்த விலைக்கு வாங்கிப் போட்டு பின்னாளில் அதிக விலைக்கு விற்க முடியுமா?' என்பதுதான் அந்தக் கேள்வி.

இந்த இடம் விற்பனைக்கு அல்ல!

இணையத்தில் இடம் வாங்கிப் போடலாம் என்றால் நீங்கள் செய்துகொண்டிருக்கும் பிசினஸுக்கு ஆன்லைனில் வெப்சைட் உருவாக்குவது என்று பொருள். ஆன்லைனில் உங்கள் அலுவலகம் போல செயல்படும் வெப்சைட்டை உருவாக்க வேண்டும் என்றால் முதலில் வெப்சைட் பெயரை ரெஜிஸ்ட்டர் செய்ய வேண்டும் (Domain Name Registration). அடுத்து உங்கள் வெப்சைட்டுக்குத் தேவையான இடத்தை வாங்க வேண்டும் (Web Hosting Space). இறுதியாக உங்கள்

பிசினஸுக்கு ஏற்ப அதை வடிவமைக்க வேண்டும் (Web Design). இது தான் வழிமுறை. இவை அத்தனைக்கும் வெப்சர்வீஸ் புரொவைடர்களிடம் (உதா. www.godaddy.com, www.bluehost.in) வருடாந்திர வாடகைக் கட்டணம் செலுத்த வேண்டும். உங்களுக்கே வெப்சைட் டிசைன் செய்யத் தெரிந்திருந்தால் அதற்குக் கட்டணம் செலுத்தத் தேவையில்லை. இப்படி இணையத்தில் உங்கள் வெப்சைட்டுக்கு தவறாமல் வாடகை செலுத்திக்கொண்டிருக்கும்வரை உங்கள் வெப்சைட் இயங்கிக்கொண்டிருக்கும்.

அதே நேரத்தில் உங்கள் வெப்சைட்டில் கூகுளுக்கு இடம் அளித்து அவர்கள் விளம்பரங்களை வெளியிட அனுமதிகொடுத்து பணம் சம்பாதிக்கவும் முடியும். அதற்கு உங்கள் வெப்சைட்டில் பதிவு செய்யப்படும் தகவல்களின் தரம் உயர்தரமாக இருக்க வேண்டும்.

உங்கள் வெப்சைட்டுக்கான இடத்தை நீங்களே வாடகைக் கொடுத்துதான் பயன்படுத்திக்கொண்டிருப்பதால், அதை நீங்கள் வேறொருவருக்கு விற்க முடியாது.

சமூக வலைதளங்களையே இலவச விளம்பரமாகப் பயன்படுத்துதல்!

உங்கள் ஆன்லைன் அலுவலகத்தில் நீங்கள் செய்கின்ற பிசினஸை ஃபேஸ்புக், டிவிட்டர், பிளாக், யு-டியூப், சவுண்ட் கிளவுட் போன்ற சமூக வலைதளங்களில் இலவசமாகவே விளம்பரப்படுத்த முடியும். பின்னர் அந்த விளம்பரங்களுக்கான லிங்கை உங்கள் வெப்சைட்டில் இணைத்துக்கொள்வதன் மூலம் உங்கள் வெப்சைட்டில் பிசினஸும் அதற்கான விளம்பரங்களும் உங்கள் வாடிக்கையாளர்களுக்குச் சென்றடையும்.

1. **பிளாக்:** உங்கள் பிசினஸ் குறித்து பக்கம் பக்கமாக படங்கள், எழுத்துக்கள் மூலம் தகவல்களை வடிவமைத்து வெளிப் படுத்திக்கொள்ள முடியும். இதற்கு www.blogger.com, www.wordpress.com போன்ற வெப்சைட்டுகள் மூலம் உங்களுக்கான பிளாகை வடிவமைத்துக்கொள்ளலாம். இவை பத்திரிகைகளில் விளம்பரம் கொடுப்பதற்கு ஒப்பாகும்.
2. **சவுண்ட் கிளவுட்:** உங்கள் பிசினஸ் பற்றிய செய்திகளை வாயால் பேசி ரெகார்ட் செய்து அவற்றை ஆன்லைனில் பப்ளிஷ் செய்துகொள்ள www.soundcloud.com என்ற வெப்சைட் உதவுகிறது. இது வானொலியில் வெளிவரும் விளம்பரங்களுக்கு ஒப்பானது.

3. **யு-டியூப்:** உங்கள் பிசினஸ் மற்றும் தயாரிப்புகளை வீடியோ எடுத்து அதை ஆன்லைனில் பப்ளிஷ் செய்துகொள்ள www.yoytube.com என்ற வெப்சைட் உதவுகிறது. இது தொலைக்காட்சியில் வெளிவரும் விளம்பரங்களுக்கு நிகரானது. யு-டியூபில் லைவ் டெலி காஸ்டுங்குகளும் செய்துகொள்ளும் வசதிகளும் உள்ளன.

4. **ஃபேஸ்புக்:** உங்கள் பிசினஸுக்கு ஃபேஸ்புக்கில் பிசினஸ் பக்கம் உருவாக்கிகொள்ளவும், வாடிக்கையாளர் வட்டத்தை அதிகரித்துக்கொள்ளவும், லைவ் வீடியோ காட்சிகளை வெளிப்படுத்தவும் அதன்மூலம் உங்கள் தயாரிப்புகளை விளம்பரப்படுத்தவும் www.facebook.com என்ற வெப்சைட் உதவுகிறது. உங்கள் தயாரிப்புகள் தரமானதாக இருந்தால் பல லைக்குகளும், ஷேர்களும் பெற்று சங்கிலி தொடர் போல பலதரப்பட்ட மக்களுக்குச் சென்றடையும். ஒருவர் உங்கள் பதிவை ஷேர் செய்தால் அது அவருடைய நட்பு வட்டதில் உள்ள அனைவருக்கும் சென்றடையும்.

5. **டிவிட்டர்:** உங்கள் பிசினஸ் குறித்து சுருக்கமான குறுந் தகவல்கள் மூலம் வெளிப்படுத்திக்கொள்ள www.twitter.com என்ற வெப்சைட் உதவுகிறது.

6. **ஸ்கைப்:** ஸ்கைப் மூலம் தேவையானவர்களுடன் ஆன்லைனில் நேரில் பார்த்துக்கொண்டே பேச முடியும். இதற்கு www.skype.com என்ற வெப்சைட் உதவுகிறது. உங்கள் வாடிக்கை யாளர்களுடன் நேரடியாக பேச வேண்டும் என்றால் இந்த வசதியைப் பயன்படுத்திக்கொள்ளலாம். இந்த வசதி உங்கள் ஆன்லைன் அலுவலக கஸ்டமர் கேர் பிரிவைப் போல செயல்படும். வாடிக்கையாளர்களது குறை நிறைகளை பூர்த்தி செய்ய இந்த வசதியைப் பயன்படுத்தலாம்.

அந்தந்த வெப்சைட்டுகளின் விதிமுறைகளுக்கு உட்பட்டு உங்கள் பிசினஸுக்கான விளம்பரங்களை இந்த வசதிகள் மூலம் தயாரித்து ஆன்லைனில் பப்ளிஷ் செய்துகொண்டு, உங்கள் பிசினஸ் வெப்சைட்டில் லிங்க் கொடுத்துக்கொள்ள வேண்டும்.

சமூக வலைதளங்களில் பிசினஸுக்கு விளம்பரம் கொடுக்கும் முறை!

ஃபேஸ்புக், டிவிட்டர், பிளாக், யு-டியூப் இவற்றை உங்கள் பிசினஸுக்கு இலவச விளம்பரமாக பயன்படுத்துவதைப்போல, தேவைப்பட்டால் அவற்றில் நீங்கள் கட்டணம் செலுத்தியும்

விளம்பரம் செய்ய முடியும். அதன் மூலம் இன்னும் அதிகமான வாடிக்கையாளர்களைப் பெற முடியும்.

சமூக வலைதளங்களிடம் இருந்தே சம்பாதிக்கும் முறை!

சமூக வலைதளங்களை உங்கள் பிசினஸை விரிவுபடுத்த பயன்படுத்தும் அதே நேரத்தில், அந்த சமூகவலைதளங்களில் நீங்கள் பதிவு செய்கின்ற தகவல்களுக்கு ஏற்ப, அவர்களே உங்களுக்கு பணமும் கொடுக்கும் வாய்ப்புகளும் உள்ளன. அதாவது, சமூக வலைதளங்களிடம் இருந்தே நீங்கள் சம்பாத்தியம் பெற முடியும்.

சமூக வலைதளங்களின் இலவச வசதிகளையே பிசினஸாக்க முடியும்

யு-டியூப் மூலம் நீங்களே சொந்தமாக உங்கள் பெயரில் டிவி நடத்தலாம். பிளாக் மற்றும் வெப்சைட்டுகள் மூலம் பத்திரிகை நடத்தலாம். சவுண்ட் கிளவுட் மூலம் சொந்தமாக வானொலி நிகழ்ச்சிகள் நடத்தலாம். இப்படி சமூகவலைதளங்கள் மூலம் நம் திறமைகளை பிசினஸாக்கலாம்.

இனி சமூகவலைதளங்களில் உங்கள் பிசினஸை விளம்பரப் படுத்தும் முறைகளை விரிவாகப் பார்ப்போம்.

12. உங்கள் தயாரிப்புகளை பிளாக் (Blog) மூலம் இலவசமாக விளம்பரப்படுத்தலாம்!

ஆன்லைனில் வெப்சைட் அமைத்து உங்களுக்கான அலுவலகத்தைத் தொடங்கிய பிறகு, உங்கள் தயாரிப்புகளை/பணிகளை/திறமைகளை வெளிஉலகுக்கு இலவசமாக விளம்பரப்படுத்துவதில் பிளாக் (Blog) எனப்படும் வலைப்பூ பெரும்பங்கு வகிக்கிறது. பெரும்பாலானோர் வெப்சைட்டுகளில் ஷோகேஸ் செய்துள்ள தயாரிப்புகள் மற்றும் அதன் விலைப்பட்டியலை பார்வையிடுவதைவிட அவை குறித்து பிளாகு களில் பதிவிடும் தகவல்களை விரும்பிப்படிப்பார்கள். தகவல்கள் சுவாரஸ்யமாக இருக்கும்போது தயாரிப்புகள் மீதும் கவனம் செல்லும். விற்பனையும், விரிவுபடுத்தலும் தானாகவே நடைபெறும்.

பொதுவாகவே விளம்பரங்களைவிட, விளம்பரப்படுத்தப்படும் பொருளைப் பற்றிய கட்டுரை வடிவிலான தகவல்களுக்கு வாசகர்கள் அதிகம். ஏனெனில் விளம்பரம் என்பது, விற்பனை செய்யப்பட வேண்டும் என்ற வியாபார நோக்கில் கொடுக்கப்படுபவை. கட்டுரை செய்தி என்பது பயனாளர்களின் பார்வையில் கொடுக்கப்படும் தகவல் களாக இருப்பதால் அதற்கு வரவேற்பு அதிகம். இதுபோலதான் வெப்சைட்டுகளை விட, அதிலுள்ள தயாரிப்புகள் குறித்த செய்திகளை பிளாகில் எழுதி வெளியிடும்போது வரவேற்பை அதிகம் பெறுகிறது.

உங்கள் பிளாக் மூலம் விளம்பரம்!

உங்கள் வெப்சைட்டின் பெயரிலேயே பிளாகையும் உருவாக்கிக் கொண்டு அதில் எழுத்துக்கள், புகைப்படங்கள் மற்றும் வீடியோக்கள் வாயிலாக உங்கள் தயாரிப்புகள் குறித்த செய்திகளை எத்தனை (வெப்)பக்கங்கள் வேண்டுமானாலும் பதிவிட முடியும். மேலும் வெப்சைட்டிலும் அதன் லிங்கை இணைத்துக்கொள்ளலாம்.

உதாரணத்துக்கு உங்கள் வெப்சைட்டின் பெயர் www.shreeviarts.com என்றிருந்தால் www.shreeviarts.wordpress.com என்றோ www.shreeviarts.blogspot.com என்றோ பிளாகின் பெயரை அமைத்துக் கொண்டு அதை வெப்சைட்டில் இணைத்துக்கொள்ளலாம். தஞ்சாவூர் பெயிண்ட்டிங், கேரளா ஆர்ட்ஸ், பெண்களுக்கான ஆபரணங்கள் என விற்பனை செய்ய இருக்கும் தயாரிப்புகளை ஷோகேஸ் செய்து

விலைகளைப் பட்டியலிட்டிருக்கும் www. shreeviarts.com என்ற வெப்சைட்டில் உள்ள தயாரிப்புகளைப் பற்றிய விரிவான செய்திகளை www. shreeviarts.wordpress.com அல்லது www.shreeviarts.blogspot.com என்ற பிளாகுகளில் கொடுத்து விளம்பரப்படுத்தலாம். மேலும் அந்த பிளாகின் முகவரியை வெப்சைட்டில் லிங்க் கொடுத்து இணைத்துக் கொள்ளலாம். பிளாகில் செய்திகளைப் படிக்கும் பார்வையாளர்கள் அந்தப் பொருட்களை வாங்க விரும்பினால் அங்கிருந்தே வாங்கு வதற்கு உங்கள் வெப்சைட்டின் பெயரை லிங்காகக் கொடுத்துக் கொள்ளலாம்.

ஆக, வெப்சைட் உங்கள் தயாரிப்பு அலுவலகம் (Production Unit). பிளாக் உங்கள் விளம்பர அலுவலகம் (Advertisement Unit). அவ்வளவுதான்.

பிளாகை உருவாக்க உதவும் வெப்சைட்டுகள்

WordPress

Blogger

வேர்ட் பிரஸ் (www.wordpress.com), பிளாகர் (www.blogger.com) போன்ற வெப்சைட்டுகள் மூலம் இலவசமாக பிளாகை உருவாக்க முடியும்.

பிளாகை வடிவமைப்பு சுலபமே!

வெப்சைட்டை கிராஃபிக்ஸ் டிசைனர்கள், வெப்டிஸைனர்கள் உதவியுடன் வடிவமைத்தால்தான் சிறப்பாக அமையும். ஆனால்,

பிளாகை நீங்களே எளிதாக வடிவமைக்கலாம். எம்.எஸ்.வேர்ட், பவர்பாயிண்ட் போன்ற சாஃப்ட்வேர்களில் டைப் செய்து படத்தை இடையே இணைக்கவும் செய்வதைப் போன்ற எளிமையான சில வழிமுறைகளுடன் உங்கள் பிளாகை நீங்களே வடிவமைக்கலாம்.

பிளாகும் உங்களுக்கு பணம் சம்பாதித்துக் கொடுக்கும்!

பிளாக் மூலம் உங்கள் வெப்சைட்டில் பட்டியலிட்டுள்ள தயாரிப்பு களை இலவசமாக விளம்பரப்படுத்தி விற்பனை செய்ய முடியும் என்பது ஒருபுறம் இருக்க உங்கள் பிளாகே உங்களுக்கான வருமானத்தை ஈட்டிக் கொடுக்கும்.

பிளாகை உங்கள் ஆன்லைன் ஆஃபீஸில் உள்ள தயாரிப்புகளுக்கு விளம்பரம் கொடுக்க மட்டும் பயன்படுத்தாமல், உங்கள் தயாரிப்பு களுக்குப் பொருத்தமான அவற்றோடு தொடர்புடைய செய்திகளை தொடர்ச்சியாக பதிவிட்டு வந்தால் நாளடைவில் உங்கள் பதிவு களுக்காகவே உங்கள் பிளாகுக்கு வருகை தரும் பார்வையாளர்களின் எண்ணிக்கை அதிகரிக்கும்.

மேலும் நீங்கள் தேர்ந்தெடுத்துள்ள பிசினஸ் துறை சார்ந்த நிபுணர்களைத் தொடர்பு கொண்டு அவர்களின் கருத்துக்களையும் உங்கள் பிளாகில் பதிவிடலாம். மேலும் சிறப்பு விருந்தினர் என்ற வெப்பக்கத்தை உருவாக்கி, அவர்களையே உங்கள் பதிவில் தொடர்ச்சியாக எழுத வைக்கலாம்.

உங்கள் துறைசார்ந்த புத்தகங்கள், வெப்சைட்டுகளை தொடர்ச்சி யாக பார்வையிட்டு வரவேண்டும். நிறைய படிக்க வேண்டும். அத்துறையில் வெற்றிபெற்ற மனிதர்களின் பின்புலத்தை ஆராய வேண்டும். முடிந்தால் நேரில் சந்தித்துப் பேசலாம். ஆங்காங்கு நடக்கும் ஒர்க்ஷாப் மற்றும் கருத்தரங்குகளில் கலந்துகொண்டு உங்கள் துறை சார்ந்த அறிவை மேம்படுத்திக்கொண்டால் அவை குறித்து பிளாகில் எழுதும் ஆர்வமும் அதிகமாகும்.

வீடியோ காட்சிகளையும்கூட பிளாகில் இணைக்க முடியும் என்பதால் துறைசார்ந்த நிபுணர்களை நேர்காணல் செய்து வீடியோவையும் வெளிப்படுத்தலாம்.

வாரம் ஒரு கட்டுரையை பதிவிட வேண்டும் என்ற உத்வேகத்தை வளர்த்துக்கொண்டு பதிவிட்டு வந்தால் பார்வையாளர்களின் எண்ணிக்கை அதிகரிக்கும். அப்போதுதான் ஆட்சென்ஸ், ஆட்வேர்ட் மூலம் வருமானத்தையும் ஈட்ட முடியும்.

அதாவது, உங்கள் பிளாகின் சில பகுதிகளை அப்படியே கூகுளுக்கு வாடகைக்கு விட்டுவிட்டால் அவர்கள் அந்த இடங்களில் விளம்பரங்களை வெளிப்படுத்திக்கொள்வார்கள். அவற்றை கிளிக் செய்து பார்வையிடும் பார்வையாளர்களின் எண்ணிக்கைக்கு ஏற்ப உங்களுக்கு அதற்கான கட்டணத்தையும் கொடுப்பார்கள். இதற்கு, பிளாகை உருவாக்கிய பிறகு அதில் ஆட்சென்ஸை இணைத்துக் கொள்ள வேண்டும்.

பிளாகில் ஆட்சென்ஸ் மற்றும் ஆட்வேர்ட் மூலம் பணம் சம்பாதிக்க வேண்டுமானால் அதிலுள்ள தகவல்கள் அனைத்தும் உங்கள் முயற்சியில் சொந்த படைப்பில் உருவானதாக இருக்க வேண்டும். மற்றவர்கள் படைப்பை பயன்படுத்தக் கூடாது. வயதுவரம்பும் 18 வயதுக்கு மேல் இருக்க வேண்டும். இப்படி அவர்கள் கொடுக்கும் விதிமுறைகளைப் பின்பற்றினால் 6 மாதம் முதல் 1 வருடம் வரையிலான கண்காணிப்புக்குப் பிறகு ஆட்சென்ஸ் மூலம் வருமானம் கிடைக்க வாய்ப்புண்டு.

உங்கள் பிளாகில் உள்ள ஆட்சென்ஸ் விளம்பரங்களை நீங்களே கிளிக் செய்து கிளிக்குகளின் எண்ணிக்கையை அதிகரிக்கக் கூடாது. ஐபி முகவரி மூலம் கூகுள் அந்த கிளிக்குகளைக் கண்டுபிடித்தால், உங்கள் பிளாகில் நிரந்தரமாக ஆட்சென்ஸ் விளம்பரங்களை இணைக்கவே முடியாதபடி அவர்கள் Block செய்து விடுவார்கள்.

மேலும் பிளாகை ஃபேஸ்புக், டிவிட்டர் போன்ற சமூக வலைதளங்கள் மூலம் பிரபலமாக்குவதன் மூலம் பார்வையாளர்கள் அதிகரிப்பார்கள். கூகுள் ஆட்சென்ஸ் மூலம் வருமானமும் பெருகும்.

13. பத்திரிகை நடத்தலாம் வாங்க...

சிறுவயதில் பத்திரிகைகளில் கதை, கவிதை, துணுக்குகள் எழுதி வந்த நீங்கள், இடைப்பட்ட காலத்தில் அவற்றில் தொடர்பில்லாமல் இருந்துவிட்டீர்களா... இப்போது வாய்ப்பு தேடினால் கிடைக்க வில்லையா... இனி அந்தக் கவலையில்லை. தொழில்நுட்பத்தின் உச்சத்தில் இருக்கும் இன்று, யார் வேண்டுமானாலும் எத்தனை வயதினராக இருந்தாலும் தங்கள் தாய் மொழியில் எழுதப் படிக்கத் தெரிந்திருக்கும் அனைவருமே தங்கள் திறமையை வெளிப்படுத்த முடியும். எழுத்தாளராக, பத்திரிகையாளராக, பதிப்பாளராக நீங்களே உங்களை உருவாக்கிக்கொள்ள வாய்ப்புகள் அதிகம்.

பிளாக் மூலம் நினைத்ததை எழுதலாம், உலகமெங்கும் பகிரலாம், பணமும் சம்பாதிக்கலாம். நீங்களாகவே பத்திரிகை (E-Magazine) நடத்தலாம். புத்தகமும் வெளியிடலாம்.

பத்திரிகையில் பிரபலமாகும் பிளாக் எழுத்தாளர்கள்

www.blogger.com, www.wordpress.com போன்ற வெப்சைட்டுகள் மூலம் உங்கள் பெயரில் பிளாகை முற்றிலும் இலவசமாகவே உருவாக்கிக் கொள்ள முடியும். உதாரணம்: http://padmakrish-kitchen.blogspot.in, http://padmakrish-kitchen.wordpress.com

அதில் நீங்கள் ஒரு எழுத்தாளராக வலம் வரலாம். இப்போ தெல்லாம் சமூக வலைதளங்களில் எழுதிவருபவர்களில் பெரும் பான்மையோரை பத்திரிகைகள் பயன்படுத்திக்கொள்கிறார்கள். பல பிளாக் எழுத்தாளர்கள் பத்திரிகைகளில் எழுதி பிரபலமாகி வருகிறார்கள். பேங்க் சலான் பூர்த்தி செய்வதைப்போல மிகவும் சுலபமானதே பிளாகை உருவாக்குவதும். மூன்றே வழிமுறைகளில் பிளாகை உருவாக்கிவிட முடியும்.

1. பிளாகை உருவாக்கும் வெப்சைட்டுக்குள் சென்று உங்கள் ஜிமெயில் முகவரி மூலம் சைன் இன் செய்துகொள்ள வேண்டும்.
2. பிளாகிற்குப் பெயர் கொடுக்க வேண்டும்.
3. பிளாகை வடிவமைக்கத் தேவையான டெம்ப்ளேட்டைத் தேர்ந்தெடுக்க வேண்டும்.

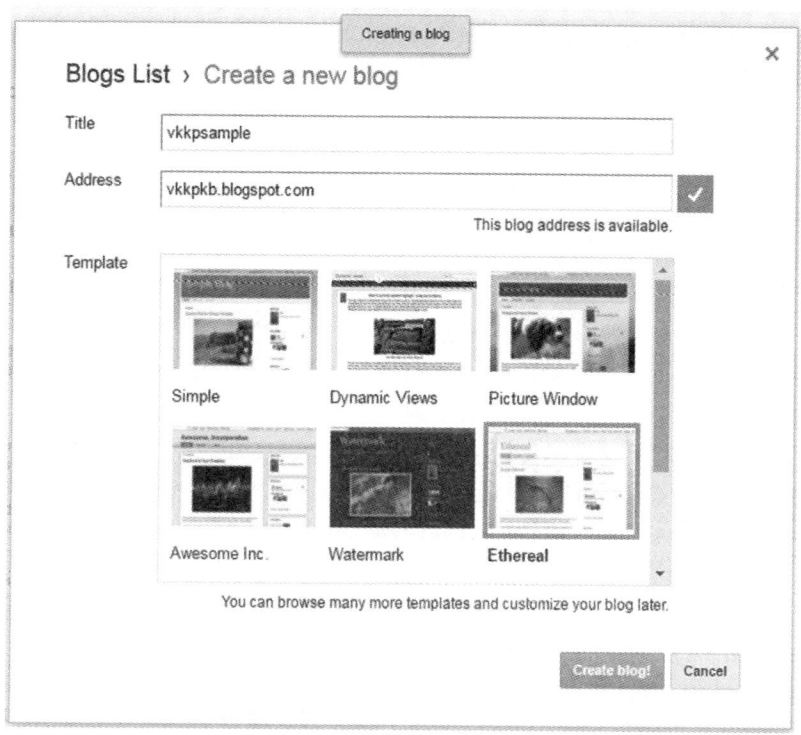

அவ்வளவுதான். உங்களுக்கான பிளாக் ரெடி. இனி பிளாகை வடிவமைக்க வேண்டியதுதான் உங்கள் வேலை. அதுவும் மிகவும் சுலபமானதே.

வடிவமைத்த பிறகு உங்கள் திறமைக்கும், ஆர்வத்துக்கும் ஏற்ப பிளாகில் தினமும் எழுதத் தொடங்குங்கள். உங்கள் பிளாகை வெப்சைட், ஃபேஸ்புக், டிவிட்டர் போன்ற சமூக வலைதளங்கள் மூலம் இலவசமாகவே விளம்பரப்படுத்தி வந்தால் நாளடைவில் சிறந்த எழுத்தாளராக பரிமளிக்கத் தொடங்குவீர்கள். பத்திரிகைகள் கண்களில் உங்கள் எழுத்துக்கள் பட ஆரம்பிக்கும்போது அவற்றில் எழுதவும் வாய்ப்புகிடைக்கும்.

இ-பத்திரிகை நடத்துவது எப்படி?

இலவசமாக கிடைக்கின்ற பிளாகை கொஞ்சம் செலவுசெய்து வெப்சைட்டாக மாற்றிக்கொண்டால் ஆன்லைனில் முழுமையான பத்திரிகையே (E-Magazine) நடத்தலாம். வெப்சைட்டைப் பொறுத்த வரை அதன் பெயருக்கும், தேவையான இடத்துக்கும் மட்டும் வருடந் தோறும் கட்டணம் செலுத்த வேண்டும்.

உதாரணத்துக்கு http://padmakrish-kitchen.wordpress.com என்பது உங்கள் பிளாகாக இருந்தால் http://padmakrish-kitchen.com என்ற பெயரில் வெப்சைட்டாக மாற்றி ஆன்லைன் பத்திரிகையாகக் கொண்டு வரலாம். அதாவது, நீங்கள் தற்சமயம் இலவசமாக பராமரித்து வரும் பிளாகை கட்டணம் செலுத்தி அப்படியே வெப்சைட்டாக மாற்றிக் கொண்டு, வழக்கம்போல எழுதிவரலாம். தனிநபர் பதிவாக பிளாகில் எழுதுவதைவிட வெப்சைட்டில் ஆன்லைன் பத்திரிகையில் எழுதும் போது படைப்புகளில் தரம் மேம்பட்டதாக இருக்க வேண்டும்.

வெப்சைட்டாக மாற்றாமலேயே பிளாகிலும் பத்திரிகையை நடத்தலாம். ஆனால், உங்களுக்கான அடையாளத்தையும் அங்கீகாரத்தையும் வெப்சைட் பெற்றுத்தரும்.

பிளாக் எழுத்தாளர்களை ஒருங்கிணைத்து நட்பு வட்டத்தை உருவாக்கிக்கொண்டு அவர்களை உங்கள் பத்திரிகையில் எழுத வைக்கலாம். முடிந்தால் முன்னணி எழுத்தாளர்களைத் தொடர்பு கொண்டு அவர்களின் எழுத்துக்களையும் பப்ளிஷ் செய்யுங்கள்.

புத்தகத்தைப் படிப்பதைப்போலவே ஆன்லைனிலும் ஒவ்வொரு பக்கமாகத் திருப்பி படிக்கும் ஃப்ளிப் புத்தகங்களை (Flip Book) உருவாக்குவதற்கு ஏராளமான ரெடிமேட் புரோகுராம் தொகுப்புகள் (Plugin) உள்ளன. அவற்றைப் பயன்படுத்தி பிளாகில் நீங்கள் வெளியிடும் தகவல்களை அப்படியே ஃப்ளிப் புக்காகவும் வெளியிடலாம்.

எழுத்தாளராக ஆசைப்பட்ட நீங்கள் பத்திரிகையே நடத்தும் அளவுக்கு உங்களுக்கு உதவ தொழில்நுட்பம் காத்திருக்கிறது. 'தி இந்து' - தமிழ் பத்திரிகை அச்சு வடிவிலும் கிடைக்கிறது. ஆன்லை பத்திரிகையாகவும் படிக்க முடிகிறதல்லவா? கூகுளில் List of Tamil E-Magazines in India என்று டைப் செய்து தேடினால் அச்சு வடிவில் பப்ளிஷ் செய்யப்படுகின்ற பத்திரிகைகள் நடத்தும் இ-பத்திரிகை வெர்ஷனுடன், தனிநபர்கள் நடத்தும் இ-பத்திரிகைகளின் பெயர்களும் பட்டியலிடப்படும்.

இ-பத்திரிகை மூலம் சம்பாத்தியம் பெறுவது எப்படி?

வெப்சைட்டில் நீங்கள் நடத்துகின்ற பத்திரிகையில் பல நிறுவனங்களிடம் இருந்து விளம்பரத்தையும் பெறமுடியும். இதற்கு வெப்சைட்டில் எங்கெங்கெல்லாம் விளம்பரம் வரலாம் என முடிவுசெய்து இடத்தை ஒதுக்கி 'இந்த இடம் விளம்பரத்துக்கானது. கட்டணம் இவ்வளவு ரூபாய்' என பதிவாக்கலாம். விளம்பரம் கொடுக்க நினைக்கும் நிறுவனங்கள் உங்களை அணுகலாம். மேலும்

நீங்களும் மார்க்கெட்டிங் செய்து விளம்பரம் பெறலாம். இதன் மூலம் நீங்கள் நடத்தும் இ-பத்திரிகையில் வருமானம் பெறமுடியும்.

டிவி நிகழ்ச்சிகள் அனைத்தும் விளம்பரத்தினால்தானே வருமானம் பெற்று வெற்றி பெறுகின்றன. பார்வையாளர்கள் அதிகம் இருக்கும் ப்ரைம் டைம் நிகழ்ச்சிகளுக்கு விளம்பரமும் அதிகம் இருக்கும். கட்டணமும் அதிகம்தான்.

இதைப்போல உங்கள் இ-பத்திரிகையில் வெளிவரும் படைப்புகள் தரமானதாக இருந்தால் மட்டுமே நிறைய வாசகர்களைப் பெற முடியும். உங்கள் வெப்சைட்டை எத்தனைபேர் பார்த்துள்ளார்கள் என்று கணக்கிடவும் தொழில்நுட்ப வசதிகள் உள்ளன. அதற்கேற்ப விளம்பரங்கள் கிடைக்கும். மேலும் கூகுள் ஆட்வேர்ட், ஆட்சென்ஸ் மூலமும் வருமானம் பெறலாம்.

உங்கள் ஆன்லைன் பத்திரிகைக்கு நிறைய வாசகர்கள் கிடைக்க தரமான செய்திகள் மட்டும் போதாது. பத்திரிகைக்கே விளம்பரம் தேவை. அதில் மற்றவர்களின் விளம்பரத்தைப் பெற முதலில் உங்கள் இ-பத்திரிகையை விளம்பரப்படுத்துங்கள். சமூக வலைதளங்கள் மூலம் இலவசமாகவே பிரபலப்படுத்துங்கள்.

பிளாக் தகவல்களை புத்தகமாக வெளியிடுவது எப்படி?

உங்கள் பிளாகில் நீங்கள் பதிவு செய்கின்ற தகவல்களைத் தொகுத்து அப்படியே இ-புத்தகமாக வெளியுடவும் முடியும். அதாவது டெஸ்க்டாப் கம்ப்யூட்டர், லேப்டாப், ஐபோன், ஐபேட், ஆண்ட்ராய்ட் போன், டேப்லெட், கிண்டில் எனப் பல்வேறு கருவிகளில் படிக்கும் படி இ-புத்தகமாக வெளியிட முடியும்.

14. நீங்களும் பதிப்பாளராகலாம்!

கதை கவிதை எழுதி வந்த உங்களுக்கு புத்தகம் வெளியிட வேண்டும் என்று ஆசையாக உள்ளதா? தொழில்நுட்ப உதவியோட இ-புக்ஸ் பப்ளிஷ் செய்வதும் மிகவும் சுலபமே. அதற்கு முன் இ-புக்ஸ் என்றால் என்ன என்று சரியாக புரிந்துகொள்வோமா?

இ-புக்ஸ் என்பது PDF ஃபைல்கள் என்றே பலரும் கருதி வருகிறார்கள். ஆனால் PDF ஃபைல்கள் மட்டுமே இ-புக்ஸ் கிடையாது.

இ-புக்ஸ் என்பது கம்ப்யூட்டர், லேப்டாப், ஸ்மார்ட் போன், ஐபேட், டேப்லெட் என அனைத்து மின்கருவிகளிலும் படிக்கக்கூடிய மின்னூல்கள். தவிர, மின்னூல்களைப் படிப்பதற்கு பிரத்யேகமாக கிண்டில், நூக், கோபோ போன்ற மின்கருவிகளும் உள்ளன.

ஸ்மார்ட்போன்களிலும், டேப்லெட் மற்றும் ஐபேட்களில் மின்னூல்களைப் படிக்கும்பொது சில பக்கங்களைப் படிப்பதற்குள் கண்கள் வலிக்க ஆரம்பிக்கும். மின்னூல்களைப் படிக்க உதவும் மின் கருவிகள் E-ink திரை கொண்டவை. அந்தத் திரைகளில் படிக்கும்போது கண்கள் வலிக்காது.

மின்கருவிகளில் படிக்கக் கூடிய ஃபைல் ஃபார்மேட்கள்

மின்கருவிகளில் படிப்பதற்கு pdf தவிர epub, mobi என்ற ஃபைல் ஃபார்மேட்டுகள் உள்ளன. ஃபான்ட்டின் அளவையும் அதிகரிக்கலாம், குறைக்கலாம். அப்படி மாற்றும்போது படிப்பதற்குப் பயன்படுத்தும் கருவியின் திரையின் அளவுக்கேற்ப பக்க அளவுகள் தாமாகவே மாறிவிடும். அதாவது, ஃபான்ட்டின் அளவுக்கு ஏற்ப ஒவ்வொரு பக்கத்திலும் வெளிப்படும் தகவல்களும் கூடும், குறையும். உதாரணத்துக்கு, ஐபோனில் படிக்கும்போது ஒருபக்கத்தில் 20 வரிகள் இருந்தால், ஐபேடில் 40 வரிகள் இருக்கும்.

epub ஃபைல் ஃபார்மேட்

மின்னூல்களைப் படிக்க உதவும் நூக், கோபோ, சோனி மின்னூல் ரீடர் கருவிகள் epub ஃபைல் ஃபார்மேட்டை ஆதரிக்கின்றன.

ஆன்ட்ராய்ட் போனில் fbreader ஆப்ஸையும், ஆப்பிள் கருவிகளில் iBooks ஆப்ஸையும் இன்ஸ்டால் செய்துகொண்டு epub ஃபைல் பார்மேட்டில் உள்ள மின்னூல்களைப் படிக்கலாம்.

mobi ஃபைல் ஃபார்மேட்

அமேசான் நிறுவனம் மின்னூல்களைப் படிப்பதற்காகவே உருவாக்கிய கிண்டில் கருவிகள் Mobi என்ற ஃபைல் ஃபார்மேட்டை ஆதரிக்கின்றன.

ஆன்ட்ராய்ட், ஆப்பிள் கருவிகளில் கிண்டில் ஆப்ஸை இன்ஸ்டால் செய்துகொண்டு Mobi ஃபைல் ஃபார்மேட்டில் உள்ள முன்னூல்களைப் படிக்கலாம்.

PDF ஃபைல் ஃபார்மேட்

A4 அளவில் உள்ள PDF ஃபைல் ஃபார்மேட்டில் இருக்கும் மின்னூல்களை டெஸ்க்டாப்/லேப்டாப்புகளிலும், பிரவுசர் சாஃப்ட்வேர் களிலும் படிக்க வசதியாக இருக்கும். மாறாக பழைய கிண்டில், நூக் போன்ற மின்னூல் ரீடர் கருவிகளில் படிப்பதற்கு மிகவும் கஷ்டமாக இருக்கும். ஏனெனில் எழுத்துகள் சிறியதாக வெளிப்படும். ஜூம் செய்து அப்படியும் இப்படியும் நகர்த்திப் படிப்பது மிகவும் கடினமான செயல்.

சிறிய திரைகளில் PDF ஃபைல்களைப் படிப்பதற்கு A6 அளவிலான PDF ஃபைல்களே பொருத்தமாக இருக்கும். ஃபைல்களை உருவாக்கும்போது அகலம் 9 CM, உயரம் 12 CM, ஃபான்ட்டின் அளவு

10 என வைத்து A6 PDF ஃபைல்களை உருவாக்கலாம். அந்த ஃபைல்களை சிறிய திரைகொண்ட மின்கருவிகளில் படிக்கலாம்.

மின்னூல்கள் வாய்விட்டும் படிக்கும்!

- ஆப்பிள் நிறுவனத்தின் ஐபோன் மற்றும் ஐபேட் போன்ற மின்கருவிகளில் மின்னூல்களைப் படிக்க iBooks for iPad, Kindle for iPad, Google Play Books என்ற ஆப்ஸ்களைப் பயன்படுத்தலாம்.

- சாம்சங், ஹெச்.டி.சி போன்ற ஆண்டிராய்டு மொபைல் போன் மற்றும் டேப்லெட்டுகளில் மின்னூல்களைப் படிக்க FBReader, Google Play Books போன்ற ஆப்ஸ்கள் உதவு கின்றன.

- குரோம் பிரவுசரில் படிக்க Readium.org ஃபயர்பாக்ஸ் பிரவுசரில் படிக்க epubread.com போன்றவற்றைப் பயன் படுத்தலாம்.

- Google Play Books மூலம் டெஸ்க்டாப்/லேப்டாப் மற்றும் அனைத்து மின்கருவிகளிலும் மின்னூல்களைப் படிக்கலாம். ஆண்ட்ராய்ட் மின்கருவிகள் மின்னூல்களை வாய்விட்டும் படித்துக்காட்டும். ஆம். அதில் எழுத்துக்களை வரிவரியாக படித்துக்காட்டும் வசதியும் உள்ளது.

உங்கள் பிளாகில் நீங்கள் எழுதுவதை இ-புக்காக வெளியிட ஆசையா?

பிளாகில் நீங்கள் எழுதுகின்ற தகவல்கள் ஏராளமான வாசகர் களைச் சென்றடைய, உங்கள் பிளாகைத் தவிர பார்வையாளர்கள் அதிகம் உள்ள பிற வெப்சைட்டுகளிலும் எழுதிவந்தால் உங்கள் எழுத்துக் களுக்கு வாசகர்கள் அதிகம் கிடைப்பார்கள். பிரதிலிபி போன்ற வெப்சைட்டுகள் மற்றவர்களின் கதை கவிதை கட்டுரை வெளியிட்டு வருகிறார்கள்.

youblishers, pressbooks, pratilipi, freetamilebooks போன்ற பல வெப்சைட்டுகள் உங்கள் படைப்புகளை இ-புக்காக வெளியிட உதவுகிறார்கள். மேலும் அவர்கள் வெப்சைட்டிலும் பட்டியலிடு கிறார்கள். அவற்றை உங்கள் வெப்சைட் மற்றும் பிளாகில் லிங்காகக் கொடுத்துக்கொள்ளலாம். தற்சமயம் இவர்கள் உங்கள் படைப்புகளை இ-புக்காக வெளியிட கட்டணம் வசூலிப்பதில்லை (எதிர்காலத்தில் மாறலாம்). உங்களுக்கும் வருமானம் ஏதும் வராது. வாசகர்களுக்கும் முற்றிலும் இலவசமே. அதனால் என்ன, எழுத்தாளராக இருந்த உங்களை பதிப்பாளராக உயர வாய்ப்பை ஏற்படுத்துகிறார்கள்.

'அப்போ, புத்தகம் எழுதி சம்பாதிக்கவே முடியாதா?' என உங்கள் மைண்ட் வாய்ஸ் கேட்கிறது. இ-புக்ஸ் பப்ளிஷ் செய்து வருமானம் ஈட்டவும் வழிஉண்டு. இ-புக்ஸ் எப்படி தயாரிப்பது, எப்படி எங்கு விற்பனை செய்யலாம், எப்படி வருமானம் கிடைக்கும் இவை அடுத்த அத்தியாயத்தில்...

அமேசான் நிறுவனத்தின் கிண்டிலில் தமிழ் புத்தகங்கள் அறிமுகம்

- அண்மையில் அமேசான் நிறுவனம் தன் கிண்டில் புக் ஸ்டோரில் தமிழ், மராத்தி, குஜராத்தி மற்றும் மலையாளம் ஆகிய மொழிகளில் மின்னூல்களை அறிமுகப்படுத்தி யுள்ளது. இந்த நான்கு மொழிகளிலும் பல்வேறு துறை சார்ந்த ஆயிரக்கணக்கான மின்னூல்களைக் கொண்டு வந்துள்ளது.

- இவற்றை கிண்டில் இ-ரீடர் அல்லது ஸ்மார்ட்போன்களில் கிண்டில் அப்ளிகேஷன் (App) படிக்கலாம்.

- அமேசான் நிறுவனத்தில் நீங்களும் புத்தகம் எழுதி விற்பனைக்கு வைக்கலாம்.

15. இ-புக்ஸ்களை எங்கு விற்கலாம்?

இ-புக்ஸ் எப்படித் தயாரிப்பது, எங்கு விற்பனை செய்யலாம், எப்படி வருமானம் கிடைக்கும் என்று பார்ப்போம்.

ANURAGAM PUBLICATION		
Book: E-Commerce Author: Compcare K. Bhuvaneswari	Book: HTML Author: Compcare K. Bhuvaneswari	Book: Information Technology Author: Compcare K. Bhuvaneswari
Book: VB Script Author: Compcare K. Bhuvaneswari	Book: Visual Basic Author: Compcare K. Bhuvaneswari	Book: Internet Author: Compcare K. Bhuvaneswari

இ-புக்ஸ் தயாரிப்பு முதல் விற்பனை வரை!

இ-புக்ஸ் தயாரித்து விற்பனை செய்ய கீழ்க்காணும் வழிமுறைகளைப் பின்பற்ற வேண்டும்.

1. தேவையான தகவல்களை யுனிகோடில் டைப் செய்ய வேண்டும்.
2. தேவையான படங்களுடன் டைப் செய்த தகவல்களை லே-அவுட் செய்ய வேண்டும்.

3. எந்த மின்னணு கருவில் பயன்படுத்த வேண்டுமோ அதற்கேற்ப அதை ePub / Mobi / PDF போன்ற ஃபார்மேட்டு களில் பதிவு (Save) செய்ய வேண்டும்.
4. அவற்றை இ-புக்ஸ் விற்பனை செய்கின்ற நிறுவனங்களின் வெப்சைட்டுகளில் விற்பனைக்கு வைக்க வேண்டும்.

இ-புக்குக்கான தகவல்களை டைப் செய்யும்முறை

நீங்கள் எழுத நினைக்கும் கதை, கவிதை, கட்டுரை எதுவாக இருந்தாலும் முதலில் அவற்றை மைக்ரோ சாஃப்ட் வேர்ட் போன்ற ஏதேனும் ஒரு எடிட்டர் சாஃப்ட்வேரில் டைப் செய்துகொள்ள வேண்டும். ஆங்கிலம் தவிர்த்து பிற மொழிகளில் டைப் செய்ய வேண்டும் என்றால் அவற்றை யுனிகோடில் டைப் செய்ய வேண்டும். யுனிகோட் ஃபாண்ட் என்பது இன்டர்நெட், மொபைல், ஐபேட், டேப்லெட் என அனைத்து மின்னணு கருவிகளிலும் படிக்க உதவும் பொதுவான ஃபாண்ட்.

இ-புக்கை லே-அவுட் செய்யும்முறை

டைப் செய்த தகவல்களைப் புத்தக வடிவில் படிப்பதற்கு ஏற்றாற்போல லே-அவுட் செய்துகொள்ள வேண்டும்.

லே-அவுட் செய்தல் என்றால் புத்தக தலைப்பு, அத்தியாயத் தலைப்புகள், முதன்மை தகவல் தலைப்புகள், துணை தகவல் தலைப்புகள், பொருத்தமான படங்களை தேவையான அளவில் இணைப்பது எனப் புத்தகங்களைப் படிக்கும்போது கண்களை உறுத்தாதவாறும், நன்கு புரியும்படியும் வடிவமைத்தல் என்று பொருள்.

இதற்கு இண்டிஸைன், பேஜ்மேக்கர் போன்ற ஏதேனும் லே-அவுட் சாஃப்ட்வேரைப் பயன்படுத்தலாம். எம்.எஸ்.வேர்டிலேயேகூட மிக எளிமையான முறையில் சிறப்பாக வடிவமைக்க முடியும்.

இ-புக்குக்குத் தேவையான ஃபார்மேட்டில் பதிவு செய்யும்முறை

லே-அவுட் செய்த தகவல்களை File>Save As மூலம் .doc, .docx, .PDF, .html போன்ற ஃபார்மேட்டுகளில் பதிவு செய்ய வேண்டும்.

ePub, Mobi போன்ற ஃபார்மேட்டுகளில் பதிவு செய்யும்முறை

pressbooks.com, toepub.com, ebook.online-convert.com போன்ற வெப்சைட்டுகள் மூலம் .doc, .docx, .PDF ஃபார்மேட்டுகளில் உருவாக்கிய இ-புக்ஸ்களை ஆண்ட்ராய்ட் மொபைல், டேப்லெட்,

ஐபோன், ஐபேட் மற்றும் கிண்டில் போன்ற மின்னணு சாதனங்களில் படிக்க உதவும் ePub, mobi போன்ற ஃபார்மேட்டுகளில் மாற்றி பதிவாக்க முடியும்.

இ-புக்ஸ்களைப் பரிசோதிக்கும் முறை

முதலில் உங்கள் கம்ப்யூட்டர், மொபைல்போன், டேப்லெட், ஐபேட் போன்ற சாதனங்களில் இ-புக்ஸ்களைப் படிக்க உதவும் ஆப்ஸ்களை டவுன்லோட் செய்துகொள்ள வேண்டும்.

நீங்கள் பயன்படுத்தும் சாதனம் ஆண்டிராய்ட் வகை போன்/டேப்லெட்டாக இருந்தால் ePub reader for Android, FBReader, Google Play Books போன்ற ஆப்ஸ்களில் ஏதேனும் ஒன்றையும், ஆப்பிள் நிறுவனத்தின் ஐபோன்/ஐபேடாக இருந்தால் iBooks for iPad, Kindle for iPad, Google Play Books போன்றவற்றில் ஏதேனும் ஒன்றையும் இன்ஸ்டால் செய்துகொள்ளுங்கள். டெஸ்க்டாப்/லேப்டாப்புகளில் Adobe Reader சாஃப்ட்வேரை இன்ஸ்டால் செய்யதுகொள்ளவும்.

அடுத்து PDF, Mobi, ePub ஃபார்மேட்டுகளில் நீங்கள் உருவாக்கியுள்ள இ-புக்குகளை உங்கள் இமெயில் முகவரிக்கே அனுப்பிக் கொள்ளுங்கள். பின் உங்கள் மொபைல்/ஐபேட்/டேப்லெட் இமெயில் இன்பாக்ஸில் அந்த இமெயிலைத் திறந்துபார்த்தால் உங்கள் சாதனத்தில் எந்த ஆப்பை இன்ஸ்டால் செய்துள்ளீர்களோ அந்த ஆப்பின் ஐகானுடன் அவை வெளிப்படும். அதை கிளிக் செய்தால் உங்கள் சாதனத்தில் உள்ள ஆப்பின் மூலம் நீங்கள் உருவாக்கிய இ-புக் திறக்கப்படும்.

உதாரணத்துக்கு உங்கள் ஐபோனில் iBooks மற்றும் Kindle ஆப்ஸ்களை இன்ஸ்டால் செய்து வைத்திருந்தால் உங்கள் இமெயிலில் உள்ள ePub வகை இ-புக் iBooks என்ற ஆப்பின் மூலம் திறக்கப்படும். mobi வகை இ-புக் Kindle என்ற ஆப்பின் மூலம் திறக்கப்படும்.

இ-புக்ஸ்களை விற்பனை செய்யும்முறை

கூகுள் ப்ளே ஸ்டோர் (play.google.com/books/publish) மூலம் நீங்கள் உருவாக்கும் இ-புக்ஸ்களை விற்பனை செய்யலாம். ஆனால், அவர்கள் தற்காலிகமாக இ-புக்ஸ்களை விற்பனையை நிறுத்தி வைத்துள்ளார்கள். விரைவில் அந்தப் பணி தொடரலாம்.

மேலும், அமேசான் நிறுவனம் தன் கிண்டில் புக்ஸ்டோரில் தமிழ், மராத்தி, குஜராத்தி மற்றும் மலையாளம் ஆகிய மொழிகளில் மின்னூல்களை அறிமுகப்படுத்தியுள்ளது. அமேசானிலும் உங்கள் புத்தகங்களை விற்பனைக்கு வைக்க முடியும். அமேசானின் Kindle

Direct Publishing என்ற வசதியின் மூலம் பதிப்பாளர்கள் மட்டும் என்றில்லாமல் தனிநபர்களும் தங்கள் புத்தகங்களை விற்பனைக்கு வைக்கலாம். இதற்கு https://kdp.amazon.com/ என்ற வெப்சைட் உதவுகிறது. புத்தகங்களை அப்லோட் செய்யும் முறை, காப்பி ரைட் மற்றும் ராயல்டி விவரங்கள் போன்றவை அந்த வெப்சைட்டில் விரிவாகக் கொடுக்கப்பட்டுள்ளன. அவர்கள் விதிமுறைகளுக்கு உட்பட்டு நீங்கள் தயாரிக்கும் இ-புக்ஸ்களை விற்பனைக்கு வைக்கலாம்.

இதுபோன்ற முன்னணி புத்தக விற்பனையாளர்களிடம் உங்கள் புத்தகங்களை விற்பனைக்கு வைத்தால் அவை உலக அளவில் சென்றடையும். விற்பனைக்கு வைத்துள்ள உங்கள் புத்தகங்களின் விற்பனைத் தொகைக்கு ஏற்ப பணமும் கிடைக்கும்.

நீங்களாகவும் இ-புக்ஸ் விற்பனை செய்யும் வெப்சைட்டை தொடங்கி புத்தக விற்பனையாளராகவும் மாறலாம். ஆனால் உங்கள் வெப்சைட்டில் பிற எழுத்தாளர்கள் மற்றும் பதிப்பாளர்களின் புத்தகங்களை அவர்கள் அனுமதியுடன் விற்பனைக்கு வைக்கவும், அச்சுப் புத்தகங்களை இ-புக்காக மாற்றவும் உங்களிடம் சாஃப்ட்வேர் இருக்க வேண்டும். மேலும் உங்கள் வெப்சைட்டைப் பிரபலப்படுத்த விளம்பரம் செய்ய வேண்டும். பெருமுயற்சி செய்தால்தான் இ-புக்ஸ் விற்பனையாளராக சாதனை செய்ய முடியும்.

16. மின்னணுக் கருவிகளில் தமிழில் டைப் செய்யலாமா?

ஆன்லைனில் பிளாகில் எழுதுவது, பத்திரிகை நடத்துவது, பதிப்பகம் தொடங்குவது, இ-புக்ஸ் வெளியிடுவது இவை அனைத்துக்கும் அடிப்படையாக இருப்பது தமிழில் டைப் செய்வதுதான். பிளாக், வெப்சைட் மட்டுமில்லாமல் யு-டியூப் மூலம் பணம் சம்பாதித்தல், ஃபேஸ்புக் விளம்பரங்கள், ஸ்கைப் மூலம் வாடிக்கையாளர் சேவை இப்படி அத்தனைக்கும் தமிழ்மொழியில் டைப் செய்வது என்பது அத்தியாவசியம் என்பதால் தமிழில் டைப் செய்வதை தெரிந்துகொள்ளுங்கள்.

1. நான் கம்ப்யூட்டரையும், லேப்டாப்பையும் நன்றாகப் பயன்படுத்தி வருகிறேன். ஆனால் என்னால் தமிழில் டைப் செய்யத் தெரியவில்லை. அதனால் எனக்கு எழுதத் தெரிந்திருந்தாலும் தமிழில் டைப் செய்யத் தெரியாததால் பேப்பரில்தான் எழுதிவருகிறேன். கம்ப்யூட்டரிலும் ஸ்மார்ட்போனிலும் தமிழில் டைப் செய்வது எப்படி?

உங்கள் டெஸ்க்டாப் கம்ப்யூட்டர் மற்றும் லேப்டாப்பில் மட்டுமல்லாமல் ஆண்ட்ராய்ட் போன் மற்றும் பிரவுசர் சாஃப்ட்வேரில் கூட தமிழில் டைப் செய்ய முடியும். இதற்கு உதவுவதற்கு ஏராளமான சாஃப்ட்வேர்களும், ஆப்ஸூம் இருந்தாலும், கூகுள் இன்புட் டூல்ஸ் என்ற வசதி மிக எளிமையாகப் பயன்படுத்த உதவுகிறது.

இதைப் பயன்படுத்த தமிழ் டைப்ரைட்டிங் தெரிய வேண்டும் என்பதில்லை. தமிழில் டைப் செய்ய நினைப்பதை ஆங்கிலத்தில் டைப் செய்தாலே போதும், அவை தமிழில் வெளிப்படும். உதாரணத்துக்கு, அம்மா, அப்பா, தாத்தா, பாட்டி என தமிழில் டைப் செய்ய நினைத்தால் ammaa, appaa, thaththaa, paatti என ஆங்கிலத்தில் டைப் செய்தாலே அவை தமிழில் வெளிப்படும். இவ்வகையான டைப்பிங்குக்கு பொனெடிக் (Phonetic) முறையில் டைப் செய்தல் என்று பொருள். ஒவ்வொரு வார்த்தையையும் டைப் செய்த பிறகு கீபோர்டில் ஸ்பேஸ் பாரை அழுத்தினால் ஆங்கில வார்த்தை அப்படியே தமிழில் வெளிப்படும்.

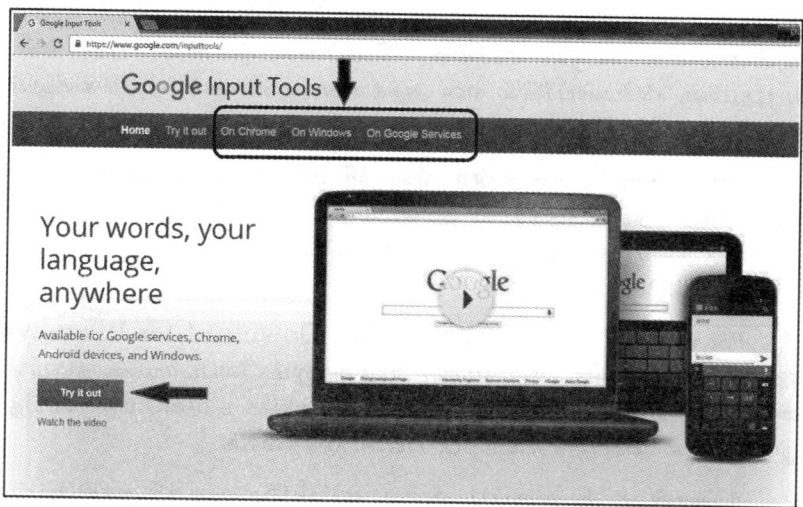

https://www.google.com/inputtools/ என்ற வெப்சைட்டுக்குள் சென்றால் On Chrome, On Windows, On Google Services என மூன்று விவரங்கள் இருப்பதைக் காணலாம். மேலும் இதிலுள்ள Try it என்ற பட்டனை கிளிக் செய்தால் Try Google Input Tools Online என்ற தலைப்பில் திரை ஒன்று கிடைக்கும்.

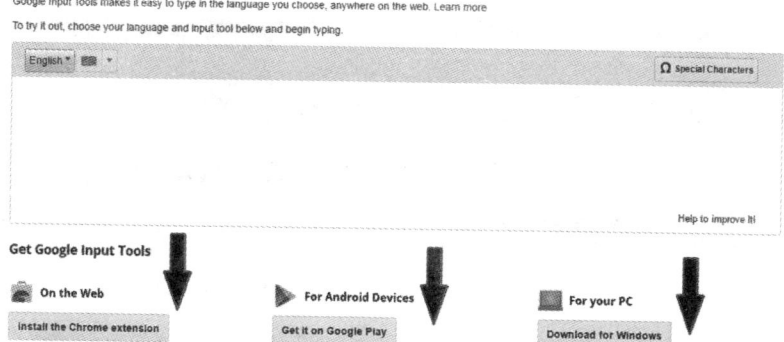

இந்தத் திரையின் கீழ் On the Web, For Android Devices, For Your PC என மூன்று விவரங்கள் வெளிப்படும்.

On the Chrome என்ற விவரத்தின்கீழ் Install the Chrome Extension என்பதைத் தேர்ந்தெடுத்தால் குரோம் பிரவுசர் சாஃப்ட்வேரில் தமிழில்

டைப் செய்ய உதவும் புரோகிராம் டூல் வெளிப்படும். இதன் மூலம் ஆன்லைனில் கூகுள் சர்ச்சில், வெப்சைட்டுகளில், பிளாகில், யு-டியூபில், ஃபேஸ்புக்கில் என அத்தனை ஆன்லைன் சர்வீஸ்களிலும் தமிழில் டைப் செய்ய முடியும்.

For Android Devices என்ற விவரத்தின்கீழ் Get it on Google Play என்பதைத் தேர்ந்தெடுத்தால் ஆண்ட்ராய்ட் போனில் தமிழில் டைப் செய்ய உதவும் ஆப்பை டவுன்லோட் செய்ய உதவும் வழிமுறைகள் வெளிப்படும்.

For your PC என்ற விவரத்தின்கீழ் Download for Windows என்பதைத் தேர்ந்தெடுத்து கம்ப்யூட்டர் மற்றும் லேப்டாப்பில் தமிழில் டைப் செய்ய உதவும் சாஃப்ட்வேரை முறையாக டவுன்லோட் செய்து இன்ஸ்டால் செய்துகொண்டுப் பயன்படுத்தலாம்.

2. நான் 8-ம் வகுப்பு வரை மட்டுமே படித்திருக்கிறேன். சேலத்துக்கு அருகில் ஒரு கிராமத்தில் வசிக்கிறேன். கார்பென்டராக பணி செய்கிறேன். இப்போதுதான் தமிழில் வெளிவந்துள்ள கம்ப்யூட்டர் புத்தகங்களைப் படித்தும், கம்ப்யூட்டர் சென்டரில் வகுப்புக்குச் சென்றும் கம்ப்யூட்டர் பயின்று வருகிறேன். பிளாகில் என் மர வேலைகளை காட்சிப்படுத்தி விற்பனை செய்ய விரும்புகிறேன். எனக்கு ஆங்கிலம் தெரியாது. தமிழில் டைப் செய்தால் அவை ஆங்கிலத்தில் வெளிப்படுமாறு ஏதேனும் சாஃப்ட்வேர் உள்ளதா?

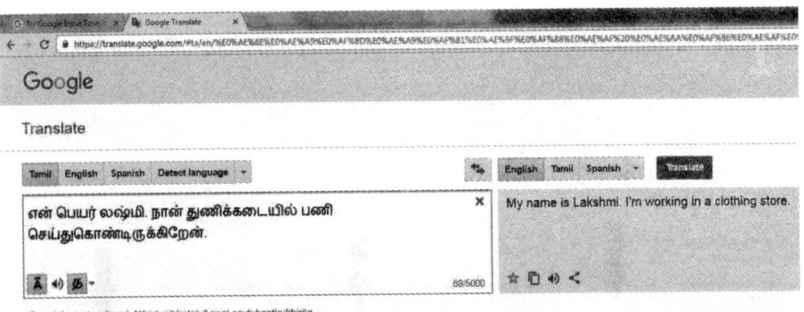

கூகுள் டிரான்சிலேட்டர் என்ற வசதி மூலம் தமிழில் டைப் செய்தால் ஆங்கிலத்தில் வெளிப்படுத்த முடியும்.

https://translate.google.com என்ற வெப்சைட் லிங்கை பிரவுசர் சாஃப்ட்வேரில் டைப் செய்துகொண்டால் Translate என்ற தலைப்பில் ஒரு திரை கிடைக்கும். இந்தத் திரையில் இடதுபக்கம் ஒரு பாக்ஸும்,

வலதுபக்கம் ஒரு பாக்ஸும் வெளிப்படும். இடதுபக்கம் Tamil என்ற மொழியையும் வலதுப்பக்கம் English என்ற மொழியைத் தேர்ந்தெடுத்துக் கொள்ள வேண்டும். பிறகு இடதுப்பக்கம் தமிழில் டைப் செய்தால் அவை உடனுக்குடன் வலதுப்பக்கம் ஆங்கிலத்தில் மொழிபெயர்ப்பாகி வெளிப்படும்.

பிறகு அவற்றை காப்பி செய்து தேவையான இடத்தில் பேஸ்ட் செய்துகொள்ளலாம். இது 100 சதவிகிதம் சரியான மொழிபெயர்ப்பாக இருக்காது. எனவே நீங்கள் நினைப்பதை டைப் செய்துகொண்டு நல்ல மொழிபெயர்ப்பாளரிடம் சரிபார்த்துப் பயன்படுத்துவது நல்லது.

3. நான் சிறுபத்திரிகை ஒன்றை நடத்திவருகிறேன். அதை அப்படியே இ-மேகசினாக மாற்ற என்ன செய்ய வேண்டும்?

இ-மேகசின் நடத்துவதற்கென்று பிரத்யேகமான சாஃப்ட்வேர் எதுவும் கிடையாது. வழக்கமாக வெப்சைட்டுகளை வடிவமைப்பது போலவே இ-மேகசினையும் டிஸைன் செய்து பத்திரிகைகளில் வரும் தலைப்புகளுக்கு ஏற்ப மெனுக்களை வடிவமைத்து அவற்றின்கீழ் பொருத்தமான கட்டுரைகளை வெளிப்படுத்தலாம். வேர்ட் பிரஸ் (Wordpress.com), பிளாகர் (Blogger.com) போன்ற வெப்சைட்டுகள் மூலம் இ-மேகசின்களை எளிமையாக வடிவமைக்கலாம். ஒவ்வொரு பக்கமாகத் திருப்பி புத்தகம் படிப்பதைப்போலவே வடிவமைக்கும் நுட்பத்துக்கு 'ஃபிளிப் புக்' (Flip Book) என்று பெயர். அதையும் இ-மேகசினிலேயே இணைத்துக்கொள்ள முடியும். 'ஃபிளிப் புக்' தயாரிப்பதற்கு ஏராளமான 'பிளக் இன்ஸ்' (Plugins) உள்ளன. குறைந்த பட்ச வசதிகளுடன் அவை இலவசமாகவும் கிடைக்கின்றன. கட்டணம் செலுத்தி முழுமையான வசதிகளுடன் பெற்றுக்கொள்ளலாம்.

17. வீடியோ எடுங்க, விளம்பரம் செய்யுங்க!

ஆன்லைனில் வெப்சைட்டில் இயங்கிக்கொண்டிருக்கும் அலுவலகத்தில் உங்கள் தயாரிப்புகளை/பணிகளை/திறமைகளை/ படைப்புகளை வெளிஉலகுக்கு வீடியோ வடிவில் இலவசமாக விளம்பரப்படுத்துவதில் யு-டியூப் (Youtube) பெரும்பங்கு வகிக்கிறது. டிவி விளம்பரங்களுக்கு இணையாக யு-டியூப் விளம்பரங்களைக் கருதலாம். அதுவும் நீங்களாகவே உங்கள் ஸ்மார்ட்போன் மூலம் எடுத்த வீடியோவைக்கொண்டே உங்கள் லேப்டாப்/டெஸ்க்டாப் மூலமே விளம்பரம் செய்ய முடியும்.

நீங்கள் விளம்பரப்படுத்த நினைப்பதை வீடியோ எடுத்து யு-டியூபில் அப்லோட் செய்தால் உங்கள் வீடியோவில் உள்ள கன்டென்ட்டுக்கு ஏற்ப பார்வையாளர்கள் கிடைப்பார்கள். வீடியோவில் உள்ள தகவல்கள் சுவாரஸ்யமாகவும், கவனத்தை ஈர்க்கும் விதமாகவும் இருந்தால் உங்கள் தயாரிப்புகள் மீது தானாகவே கவனம் செல்லும். விற்பனையும், விரிவுபடுத்தலும் தானாகவே நடை பெறும்.

டிவியில் வெளிவரும் விளம்பரங்கள் இரண்டு வகையாக இருப்பதை கவனித்திருப்பீர்கள். முதல்வகை வீடியோவில் பிரபலங் களின் நடிப்பில் தயாரிப்புகள் குறித்த சிறு விளக்கம் மற்றும் விலை, தள்ளுபடி இவை மட்டும் இருக்கும். இவை பொதுவான நிகழ்ச்சி களுக்கு இடையே வரும் விளம்பரங்கள்.

இரண்டாவது வகையில் புடவை, சுடிதார், நகைகள் போன்ற வற்றை அணிந்து காட்டியும், வீடு துடைப்பான், சப்பாத்தி மேக்கர், காய்கறி நறுக்கும் உபகரணங்கள் போன்றவற்றை செயல்முறை விளக்கத்தோடும் விளக்கி விளம்பரப்படுத்துவார்கள். இவை முழுக்க முழுக்க விளம்பரங்களைத் தாங்கிவரும் விளம்பரச் சேனல்களாகவே இருக்கும்.

இதுபோல நீங்களும் உங்கள் தயாரிப்புகளைச் செயல்முறை விளக்கத்தோடு வீடியோவாக எடுத்து ஆன்லைனில் யுடியூபில் விளம்பரப்படுத்திக்கொள்ளலாம். உதாரணத்துக்கு நீங்கள் கைவினைப் பொருட்கள், நகை செயின் போன்ற ஆபரணங்களைத் தயாரிப்பவர் களாக இருந்தால் அவற்றை எல்லா கோணங்களிலும் எடுத்துக்காட்டி, அதுகுறித்த சிறப்புகளை விவரித்தும் வீடியோ எடுக்கலாம்.

உங்கள் ஸ்மார்ட் போன் மூலமே வீடியோ எடுத்து அதையே பயன்படுத்தலாம். நீங்களே உங்கள் தயாரிப்புகளுக்கு மாடலாக இருந்து செயல்முறை விளக்கத்தோடு விவரிக்கும்போது உங்கள் தயாரிப்புகள் குறித்த தெளிவான ஸ்கிரிப்ட், அமைதியான அறை, வீடியோ எடுப்பதற்கு மற்றொரு நபர் இவை அவசியம்.

நீங்கள் செய்கின்ற பிசினஸ் விரிவடையும்போது பிரத்யேகமாக நீங்களே ஒரு வீடியோ கேமிரா வாங்கி, உங்கள் தயாரிப்புகளை விளம்பரப்படுத்த அதுதொடர்பான மாடல்களை வைத்து சற்றே பெரிய அளவில் வீடியோ விளம்பரங்களைத் தயாரிக்கலாம். தொலைக்காட்சி விளம்பரங்களுக்கு இணையாக யு-டியூப் வீடியோக்கள் இன்று பிரபலமாகி வருகின்றன. பல சினிமா பாடல்கள் யு-டியூப் மூலமே கோடிக்கணக்கான மக்களைச் சென்றடைந்துள்ளன.

ஸ்மார்ட்போனில் வீடியோ எடுத்தாலும் சரி, வீடியோ கேமிரா மூலம் வீடியோ எடுத்தாலும் சரி அவற்றை சுலபமாக யு-டியூபில் அப்லோட் செய்ய முடியும்.

யு-டியூபில் வீடியோ ஃபார்மேட்டுகள்

உங்கள் தயாரிப்புகளுக்கான வீடியோ MOV, MP4 (MPEG4), AVI, WMV, FLV, 3GP, MPEGPS, WebM போன்ற ஃபைல் ஃபார்மேட்டுகளில் இருந்தால் யு-டியூபில் அப்லேட் செய்ய முடியும். ஸ்மார்ட்போன் மூலமாகவோ அல்லது வீடியோ கேமிரா மூலமாகவே நீங்கள் எடுக்கின்ற வீடியோக்கள் இந்த வகையில் ஏதேனும் ஒன்றில்தான் இருக்கும். அப்படி இல்லாமல் வேறு ஃபார்மேட்டில் இருந்தால் அவற்றை கன்வர்ட் செய்து தருவதற்கு ஏராளமான வெப்சைட்டுகளும், சாஃப்ட்வேர்களும் உள்ளன. போட்டோ ஸ்டுடியோக்களை அணுகினாலும் அவர்களும் வீடியோ ஃபைல்களைத் தேவையான ஃபார்மேட்டில் மாற்றித் தருவதற்கு உதவுவார்கள்.

யு-டியூபில் அக்கவுன்ட் ஏற்படுத்திக்கொள்ளும் முறை

உங்கள் ஜிமெயில் (இமெயில்) முகவரியையே உங்கள் யு-டியூபுக்கும் பயன்படுத்திக்கொள்ளலாம். www.youtube.com என்ற வெப்சைட்டில் உங்களுக்கான அக்கவுன்ட்டை ஏற்படுத்திக் கொண்ட பிறகு வீடியோக்களை அப்லோட் செய்யலாம். www.youtube.com என்ற வெப்சைட்டில் நுழைந்தபிறகு, Sign In பட்டனை கிளிக் செய்ய வேண்டும். இதில் உங்கள் ஜிமெயில் முகவரி மூலம் சைன்-இன் செய்துகொள்ளலாம் அல்லது Create Account என்ற பட்டனை கிளிக் செய்தால் கிடைக்கும் அக்கவுன்ட்டை ஏற்படுத்திக்கொள்ள உதவும் விண்ணப்பப்படிவ திரை மூலம், புதிதாக ஒரு கூகுள் அக்கவுன்ட்டை ஏற்படுத்திக்கொள்ளலாம்.

78   வீட்டில் இருந்தே சம்பாதிக்கலாம்

யு-டியூபில் வீடியோ அப்லோட் செய்வதும் சுலபமே

யு-டியூபில் சைன்-இன் செய்த பிறகு Upload என்ற பட்டனை கிளிக் செய்தால் கிடைக்கும் திரையில் Select Files to Upload என்ற விவரத்தை கிளிக் செய்து உங்கள் டெஸ்க்டாப்/லேப்டாப்பில் பதிவு செய்துள்ள

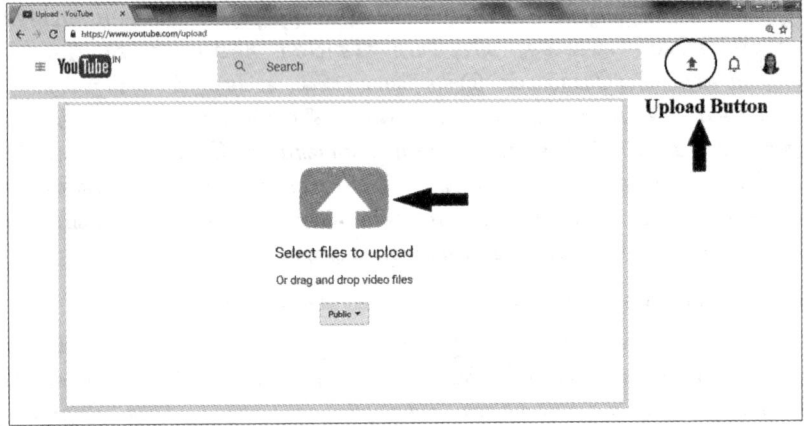

வீடியோ ஃபைலைத் தேர்ந்தெடுத்து கிளிக் செய்தால், அந்த வீடியோ யு-டியூபில் அப்லோட் ஆக ஆரம்பிக்கும். வீடியோ ஃபைலின் அளவுக்கு ஏற்ப அப்லோட் ஆகும் நேரமும் வேறுபடும்.

யு-டியூபில் அப்லோட் ஆன ஃபைல் Videos என்ற தலைப்பின் கீழ் வெளிப்படும். அதை கிளிக் செய்தால் அந்த வீடியோ இயங்க ஆரம்பிக்கும்.

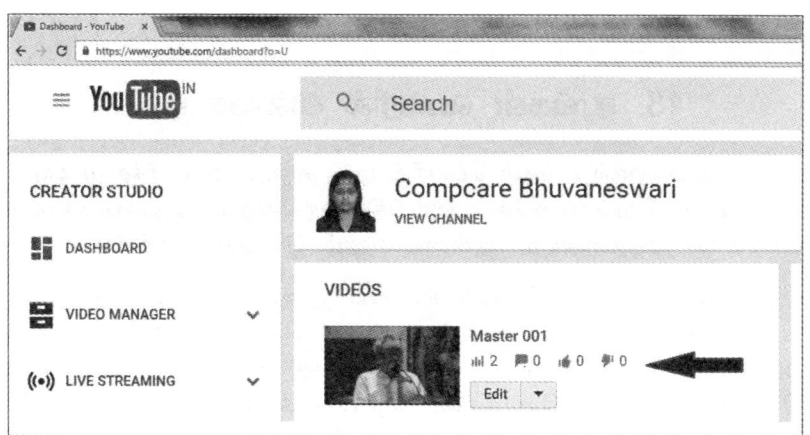

யு-டியூபில் என்னென்ன வீடியோக்களை பப்ளிஷ் செய்யலாம்

யு-டியூபில் அப்லோட் செய்யப்படும் வீடியோக்கள் கீழ்க்காணும் பிரிவுகளில் இருத்தல் கூடாது.

- ★ பாலியல் சம்பந்தப்பட்ட வீடியோக்கள்
- ★ குழந்தைகள் சித்திரவதைக் காட்சிகள், விலங்கினவதை காட்சிகள்கொண்ட வீடியோக்கள்
- ★ வக்கிர எண்ணங்கள்கொண்ட வீடியோக்கள்
- ★ தனிமனித சுதந்திரத்தை பாதிக்கும் வீடியோக்கள்
- ★ பயங்கரவாதத்தைத் தூண்டும் வீடியோக்கள்
- ★ தற்கொலையைத் தூண்டும் வீடியோக்கள்
- ★ வரைபடங்கள், கிராஃபிக்ஸில் அனிமேஷன் மற்றும் எழுத்துக்கள் மூலம் வன்முறை காட்சிகளைக்கொண்ட வீடியோக்கள்
- ★ பிறர் அனுமதி பெறாத, அவர்களுக்கே சொந்தமான வீடியோக்கள் தொலைக்காட்சி நிகழ்ச்சிகள், திரைப்படங்கள்

மொத்தத்தில் வீடியோக்களை நாம் உருவாக்கியதாக இருத்தல் அவசியம். மற்றவர்கள் வீடியோக்களை அவர்கள் சட்டப்பூர்வமாக அனுமதி பெறாமல் அப்லோட் செய்தால், யு-டியூப் முன்னறிவிப்பு ஏதுமின்றி அவற்றை நம் அக்கவுன்ட்டில் இருந்து நீக்கிவிடும். திரும்பத் திரும்ப இதே போன்று தவறுகளை செய்து வரும் யு-டியூப் அக்கவுன்ட்டுகளை யு-டியூப் முன்னறிவிப்பு ஏதுமின்றி முடக்கிவிடும். கவனம் தேவை. உஷார்.

18. உங்கள் பெயரில் இலவச டிவி

ஆன்லைனில் உங்கள் பெயரில் டிவி சானல் ஆரம்பிக்க முடியும். ஏராளமான வெப் டிவிக்கள் இயங்கி வருகின்றன. தொலைக்காட்சி சேனல்கள் அத்தனையும் ஆன்லைனிலும் இயங்கி வருகின்றன.

யு-டியூபில் உங்கள் பெயரிலேயே இலவசமாக டிவி சேனலை உருவாக்கிக்கொண்டு, அதில் உங்கள் சொந்த வீடியோக்களை அப்லோட் செய்து வரலாம். பிறர் அனுமதி பெறாத, அவர்களுக்கே சொந்தமான வீடியோக்கள் தொலைக்காட்சி நிகழ்ச்சிகள், திரைப்படங்கள் போன்றவற்றைப் பயன்படுத்தக் கூடாது.

பின்னர் .tv என்ற இணைப்புப் பெயரில் (உதாரணம்: www.ramya.tv) வெப்சைட் ஒன்றை உருவாக்கிக்கொண்டு உங்கள் யு-டியூப் சேனல் வீடியோக்களை விருப்பம்போல வெளிப்படுத்தி தொலைக்காட்சி சேனல்கள் போன்று உங்கள் டிவி சேனலையும் நீங்களே நிர்வகிக்கலாம். வெப்சைட் ஆரம்பிக்காமலேயே யு-டியூபிலேயேயும் டிவி சேனல்களை நடத்தலாம்.

யு-டியூப் சானல் உருவாக்குவது எப்படி?

www.youtube.com வெப்சைட் மூலம் யு-டியூபில் அக்கவுன்ட்டை உருவாக்கிய பிறகுதான், உங்களுக்கான யு-டியூப் சேனலை உருவாக்கிக் கொள்ள முடியும்.

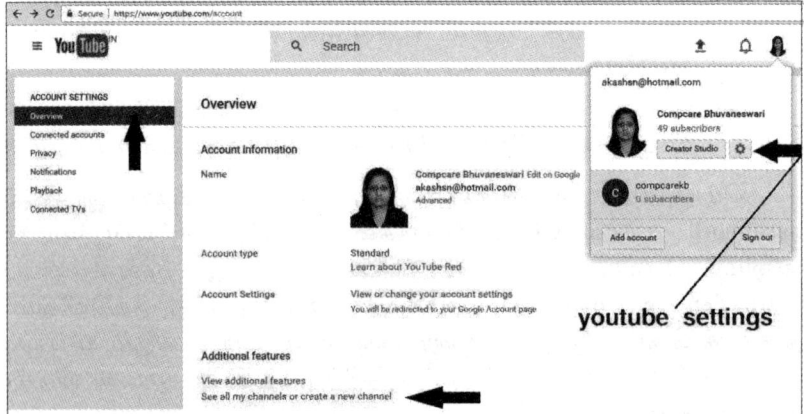

யு-டியூப் சேனலின் முகப்புத்திரையின் மேல்பக்க வலதுமூலையில் உள்ள youtube account settings என்ற விவரத்தை கிளிக் செய்தால் கிடைக்கும் திரையில் Create a New Channel என்ற விவரத்தை கிளிக் செய்தால் ஒரு விண்டோ வெளிப்படும். அதில் Create New Channel என்ற விவரத்தை கிளிக் செய்து உங்கள் சேனலுக்கு நீங்கள் கொடுக்க விரும்பும் பெயரை (உதாரணம்: ramya) டைப் செய்துகொண்டு அடுத்தடுத்துவருகின்ற விண்ணப்பபடிவங்களைப் பூர்த்திசெய்தால் உங்களுக்கான யு-டியூப் சேனல் தயாராகிவிடும்.

தொடக்கத்தில் வெப் முகவரியில் உங்கள் பெயருக்கான சேனல் பெயர் வெளிப்படாது. https://www.youtube.com/channel/UCwUhhHRNl1pVh என்பதைப்போன்ற பொதுவான பெயரிலேயே சேனல் உருவாகும்.

உங்கள் பெயரில் சேனல் வெளிப்பட, உங்கள் யு-டியூப் அக்கவுன்ட் உருவாகி 30 நாட்கள் ஆகியிருக்க வேண்டும். குறைந்த பட்சம் 100 பார்வையாளர்களைப் பெற்றிருக்க வேண்டும். யு-டியூபுக்கான சேனல் ஐகானை அப்லோட் செய்திருக்க வேண்டும்.

இந்த நிபந்தனைகளுக்கு உங்கள் யு-டியூப் சேனல் உட்படும்போது, உங்கள் பெயரிலேயே சேனல் (உதா: www.youtube.com/user/ramya அல்லது www.youtube.com/ramya) உருவாகி வெளிப்படும்.

பிறகு, இந்த வெப்சைட்டில் நீங்கள் தயாரிக்கின்ற வீடியோக்களை அப்லோட் செய்து பயன்படுத்தலாம். உங்கள் வாடிக்கையாளர்களுக்கு உங்கள் யு-டியூப் சேனல் முகவரியை (உதா: www.youtube.com/ramya) கொடுத்து பார்க்கச் சொல்லலாம்.

.tv என்ற இணைப்புப் பெயரில் உள்ள உங்கள் வெப்சைட்டில் யு-டியூப் வீடியோக்களை வெளிப்படுத்தி வெப் சேனலை சிறப்பாக நிர்வகிக்கலாம்.

யு-டியூப் வீடியோக்களுக்கான லைசென்ஸ்

பைக், கார் ஓட்டுவதற்கு லைசென்ஸ் இருப்பதைப்போல யு-டியூபில் வீடியோக்களுக்கும் லைசென்ஸ் உண்டு. Standard License, Creative Common License என இரண்டு விதமான லைசென்ஸுகள் உள்ளன.

1. Standard License:

யு-டியூபில் நாம் அப்லோட் செய்யும் அனைத்து வீடியோக்களும் யு-டியூபின் பொதுவான சட்ட திட்டங்களுக்கு உட்பட்டே அப்லோட்

ஆகும். இந்தவகை லைசென்ஸ‌ுக்கு Standard License என்று பெயர். அதாவது யு-டியூபில் அப்லோட் செய்யப்படும் வீடியோக்கள் அவரவர் சொந்தப்படைப்பாக இருக்க வேண்டும். பாலியல்/குழந்தைகள் சித்திரவதை/விலங்கினங்கள் வதை/பயங்கரவாதம் என பார்வை யாளர்களை எந்தவிதத்திலும் பாதிக்காதவண்ணம் இருப்பதும், பிறர் அனுமதி பெறாத வீடியோக்கள் தொலைக்காட்சி நிகழ்ச்சிகள், திரைப் படங்களை அப்லோட் செய்யாமல் இருப்பதும் அவசியம். இவை Standard License என்ற பிரிவின்கீழ் வரும்.

2. Creative Common License

யு-டியூபில் நாம் பயன்படுத்திக்கொள்வதற்காகவே ஏராளமான வீடியோக்கள் பதிவுசெய்யப்பட்டிருக்கின்றன. அதற்கு Creative Common வீடியோக்கள் என்று பெயர். இதை சுருக்கமாக CC வீடியோக்கள் எனலாம். இதன் மூலம் நாம் அப்லோட் செய்யும் வீடியோக்களை மற்றவர்கள் பயன்படுத்தவும், மாற்றங்கள் செய்து வெளியிடவும் அனுமதி கொடுக்கலாம். இதற்கு Creative Commons License என்று பெயர்.

தற்போது யு-டியூபில் இதுபோன்ற Creative Common வீடியோக்கள் லட்சக்கணக்கில் உள்ளன. அவற்றை நாம் பயன்படுத்தி, தேவையான மாற்றங்களைச் செய்து, யு-டியூபில் நம் சேனலிலேயே வெளிப்படுத்திக் கொள்ளலாம். இவற்றோடு நம் வீடியோக்களையும் கலந்து (Remix) பயன்படுத்த முடியும். இதற்கு வீடியோ எடிட்டர் (Video Editor) என்ற விவரம் உதவுகிறது. இந்தவகை வீடியோக்களுக்கு Creative Commons

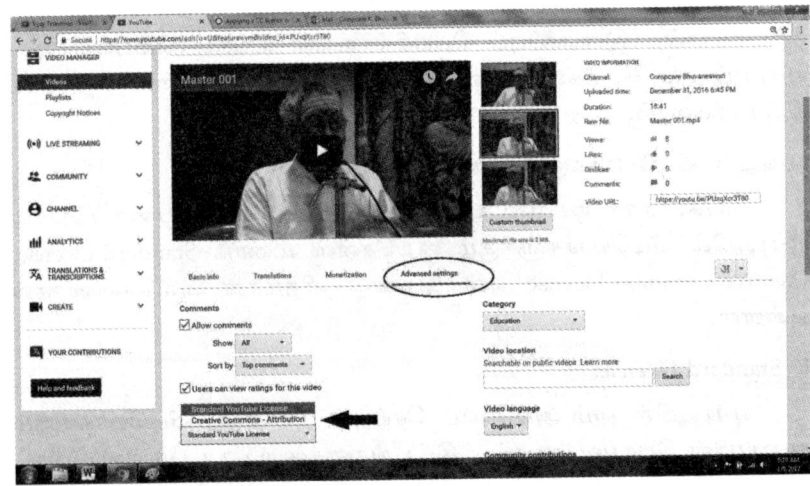

License என்ற லைசென்ஸை பொருத்திக்கொள்ள வேண்டும். இந்த லைசென்ஸ் பொருத்திக்கொண்ட வீடியோக்கள் அருகில் Creative Commons என்பதற்கான ஐகான் வெளிப்படும். இந்த வீடியோவை யார் வேண்டுமானாலும் பயன்படுத்தி அவர்கள் வீடியோவோடு ரீமிக்ஸ் செய்துகொள்ளலாம் என்று பொருள்படும்.

வீடியோக்களுக்கான லைசென்ஸை பொருத்தும்முறை

யு-டியூபில் வீடியோவை அப்லோட் செய்துகொண்ட பிறகு, அதன்கீழ் License and rights ownership என்ற பிரிவின்கீழ் லைசென்ஸின் பெயர்கள் வெளிப்படும். அதில் இருந்து தேவையான லைசென்ஸின் பெயரைத் தேர்ந்தெடுத்துக்கொள்ளலாம்.

பாடல்களையும், புகைப்படங்களையும் வீடியோவாக்க...

நீங்கள் வீடியோ எடுத்துத்தான் உங்கள் தயாரிப்புகளை யு-டியூபில் அப்லோட் செய்யமுடியும் என்பதில்லை. உங்கள் சொந்தப் புகைப்படங்கள், ஆடியோ ஃபைல்கள் இவற்றைக்கூட யு-டியூபில் வீடியோவாக்க முடியும்.

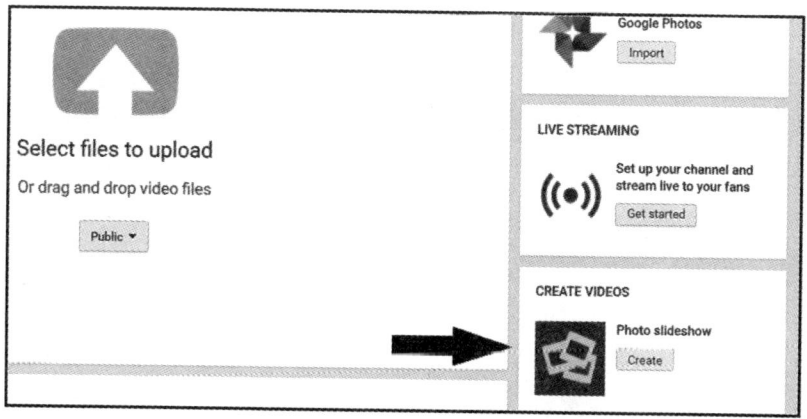

புகைப்படங்களை வீடியோவாக்க...

யு-டியூப் வெப்சைட்டில் UPLOAD பட்டனை கிளிக் செய்தால் கிடைக்கின்ற திரையில் Create Videos என்ற தலைப்பின்கீழ் Photo Slideshow என்ற விவரத்தை கிளிக் செய்து தேவையான புகைப் படங்களைத் தேர்ந்தெடுத்து வீடியோவாக்கி அப்லோட் செய்யலாம். தேவைப்பட்டால் யு-டியூபிலேயே இலவசமாகக் கொடுத்துள்ள ஆடியோ ஃபைல்களையும் இணைத்துக்கொள்ளலாம்.

பாடல்களை வீடியோவாக்க...

நீங்களே பாடல்களைப் பாடியோ அல்லது இசை வாத்தியங்கள் மூலம் வாசித்தோ ரெகார்ட் செய்து வைத்துள்ளவற்றை புகைப்படங்களோடு இணைத்து வீடியோ ஃபைலாக பதிவாக்கி அப்லோட் செய்யலாம். இதற்கு, Windows Live Movie Maker (இது உங்கள் கம்ப்யூட்டரில் உள்ள சாஃப்ட்வேர்) போன்று ஏதேனும் ஒரு சாஃப்வேரைப் பயன்படுத்தலாம்.

19. வீடியோக்கள் வருமானம் தருமா?

யு-டியூப் மூலம் திறமைகளை/தயாரிப்புகளை/நிறுவனங்களை விளம்பரம் செய்யும் முறை மற்றும் இலவச வெப் டிவி உருவாக்கும் முறை போன்ற யு-டியூப் வீடியோக்கள் தொடர்பாக நான் எழுதிவந்த கட்டுரைகளைப் படித்த வாசகர்கள் அதுகுறித்து நிறைய கேள்விகளை இமெயில் மூலம் எழுப்பி வருகிறார்கள். அவற்றில் பொதுவாக உள்ள சில கேள்விகளுக்கு பதில் அளித்துள்ளேன்.

யு-டியூப் வீடியோக்கள் மூலம் பணம் சம்பாதிக்க முடியுமா?

யு-டியூபில் நாம் உருவாக்கி அப்லோட் செய்யும் வீடியோக்கள் மூலம் நாம் பணம் சம்பாதிக்க முடியும். அதற்கு மிக அடிப்படையாக அப்லோட் செய்கின்ற வீடியோக்களின் ஒவ்வொரு பகுதியும் நாம் உருவாக்கியதாக இருக்க வேண்டும். தனிநபர்கள் மட்டுமின்றி, தொலைக்காட்சி நிறுவனங்களும், பிற நிறுவனங்களும் யு-டியூப் மூலம் பணம் சம்பாதிக்கின்றன.

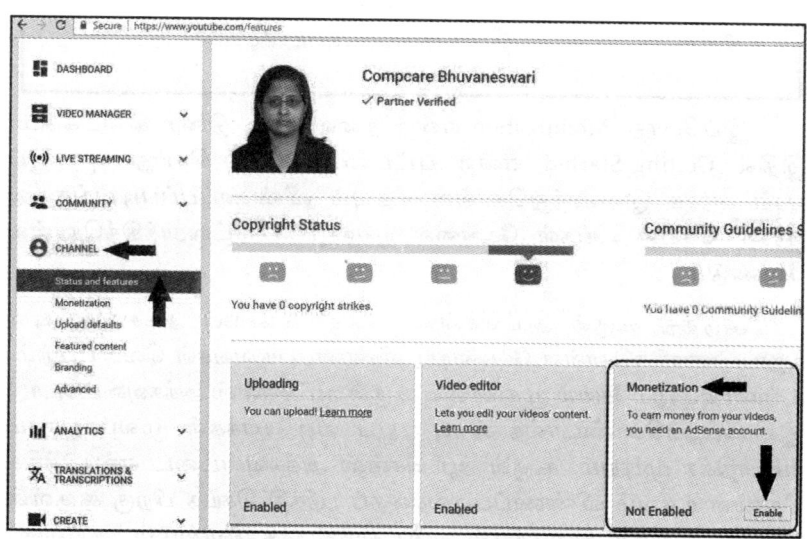

யு-டியூப் சேனலில் பணம் சம்பாதித்துக் கொடுக்கும் வசதியை இயக்கிக்கொள்ள வேண்டும். இதற்கு Monitize என்று பெயர். உங்கள் யு-டியூப் சேனலில் லாகின் இன் செய்துகொண்ட பிறகு, Creative

Studio > Channel > Status and Features > Monitization என்ற விவரத்தில் உள்ள Enable என்ற பட்டனை கிளிக் செய்துகொள்ள வேண்டும்.

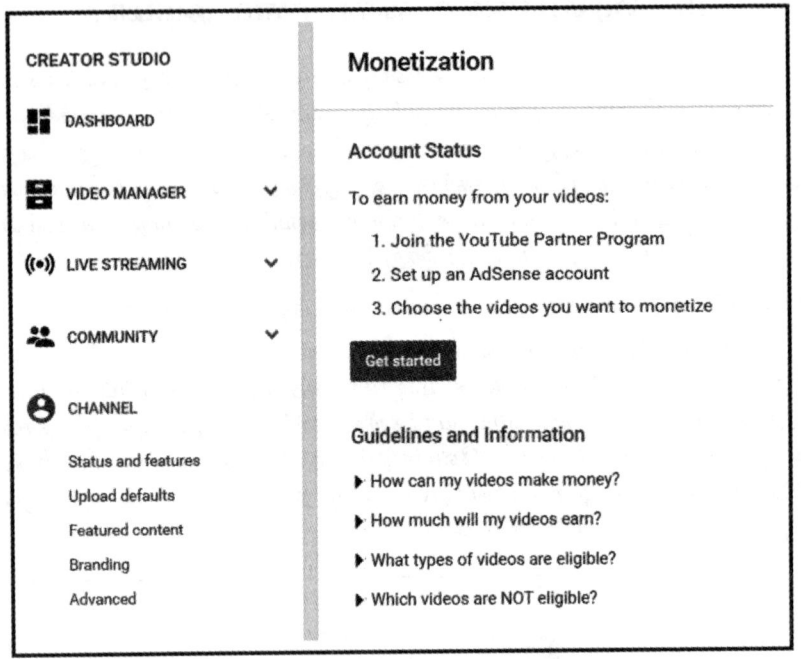

இப்போது Monitization என்ற தலைப்பில் திரை கிடைக்கும். இதில் Getting Started என்ற பட்டனை கிளிக் செய்து யு-டியூப் பார்ட்னராக இணைந்துகொள்ள உதவும் விண்ணப்பப்படிவங்களை பூர்த்தி செய்து உங்கள் சேனலை யு-டியூப் பார்ட்னராக்கிக்கொள்ள வேண்டும்.

அடுத்து கூகுள் ஆட்சென்ஸ் (Google Adsense) அக்கவுன்ட்டில் உறுப்பினராகிக்கொள்ள வேண்டிய விண்ணப்படிவங்கள் வெளிப்படும். உங்கள் யுடியூப் சேனல் முகவரியை கூகுள் ஆட்சென்ஸ் அக்கவுன்ட்டோடு இணைத்துக்கொண்டால்தான் யு-டியூப் வீடியோக்கள் மூலம் பணம் சம்பாதிக்க முடியும். கூகுள் ஆட்சென்ஸ் அக்கவுன்ட்டை ஏற்படுத்திக் கொள்ள உதவும் விண்ணப்படிவத்தைப் பூர்த்தி செய்த பிறகு கூகுளில் இருந்து அனுமதி கிடைக்கும் வரை காத்திருக்க வேண்டும். அதுவரை 'Your application is Still under Review' என்ற தகவல் சிவப்புக் கலர் பாரில் வெளிப்படும். உங்கள் யு-டியூப் வீடியோவில் உள்ள காட்சிகள் நிபந்தனைகளுக்கு உட்பட்டதாக இருந்தால் கூகுள் ஆட்சென்ஸ்

மற்றும் உங்கள் வீடியோக்கள் மூலம் பணம் சம்பாதிக்க முறையான அனுமதி கிடைக்கும்.

அடுத்து யு-டியூப் வீடியோக்கள் வெளிப்படும் வீடியோ மேனேஜர் பகுதியில் எந்தெந்த வீடியோ மூலம் பணம் சம்பாதிக்க விரும்பு கிறீர்களோ அந்த வீடியோவில் உள்ள டாலர் ($) குறியீட்டை கிளிக் செய்து Monitize செய்துகொள்ள வேண்டும்.

இனி கூகுள் ஆட்சென்ஸ் உங்கள் வீடியோக்களில் கீழே எழுத்துக்கள், படங்கள், சிறிய வீடியோ காட்சிகள் மூலம் உங்கள் வீடியோவில் உள்ள பதிவுகளுக்கு ஏற்ப விளம்பர லிங்குகளை வெளிப்படுத்தும். பார்வையாளர்கள் அவற்றை கிளிக் செய்து பார்க்கும்போது ஆட்சென்ஸ் மூலம் உங்களுக்கு வருமானம் கிடைக்கும். ஒவ்வொரு முறை அந்த விளம்பர வீடியோக்கள் கிளிக் செய்யப்படும்போதும் உங்கள் அக்கவுன்ட்டில் பணம் சேரும்.

இதற்காக நீங்களே பணம் சம்பாதிக்கும் ஆசையில் அதிகமுறை உங்கள் வீடியோக்களில் உள்ள விளம்பரங்களை கிளிக் செய்து கொண்டே இருந்தால் கூகுள் ஆட்சென்ஸ் உங்கள் யு-டியூப் சேனலில் இருந்து நிரந்தரமாக நீக்கப்படும்.

அதுபோல கட்டணத்திலும், விதிமுறைகளிலும் ஆட்சென்ஸும், யு-டியூப் நிர்வாகமும் எடுக்கும் முடிவே இறுதியானது. அவை மாற்றங்களுக்கு உட்பட்டது.

யு-டியூப் மூலம் லைவ் வீடியோக்களை வெளிப்படுத்த முடியுமா?

நேரில் நடக்கின்ற திருமணம், பிறந்தநாள் நிகழ்வுகள், புத்தக வெளியீட்டுவிழா போன்றவற்றை அப்படியே லைவாக யு-டியூபில் வெளிப்படுத்த முடியும். இதற்கு, உங்கள் யு-டியூப் சேனலில் லாகின் இன் செய்துகொண்ட பிறகு, Creative Studio > Live Streaming > Stream Now என்ற விவரத்தை கிளிக் செய்ய வேண்டும்.

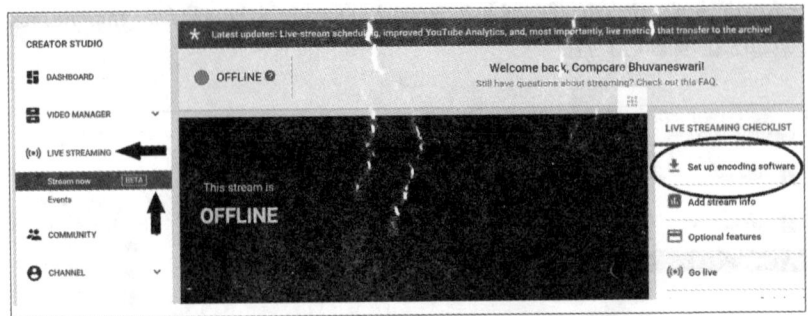

இப்போது வெளிப்படும் திரையில் Set Up Encoding Software என்ற விவரத்தை கிளிக் செய்து தேவையான என்கோடிங் சாஃப்ட்வேரை டவுன்லோட் செய்து இன்ஸ்டால் செய்துகொள்ள வேண்டும்.

என்கோடர் சாஃப்ட்வேரை இயக்கிக்கொண்டால் யு-டியூபில் 'Live' என்ற தகவல் வெளிப்படும். பிறகு உங்கள் கம்ப்யூட்டர்/ லேப்டாப்பில் உள்ள வெப்கேமிரா மூலம் நீங்கள் காட்சிப்படுத்துகின்ற நிகழ்ச்சிகள் லைவாக ரெகார்ட் ஆகத்தொடங்கி உங்கள் சேனலில் ஒளிபரப்பாகும். ரெகார்டிங்கை நிறுத்த விரும்பினால் என்கோடர் சாஃப்ட்வேரை இயக்கத்தில் இருந்து நிறுத்திக்கொள்ள வேண்டும்.

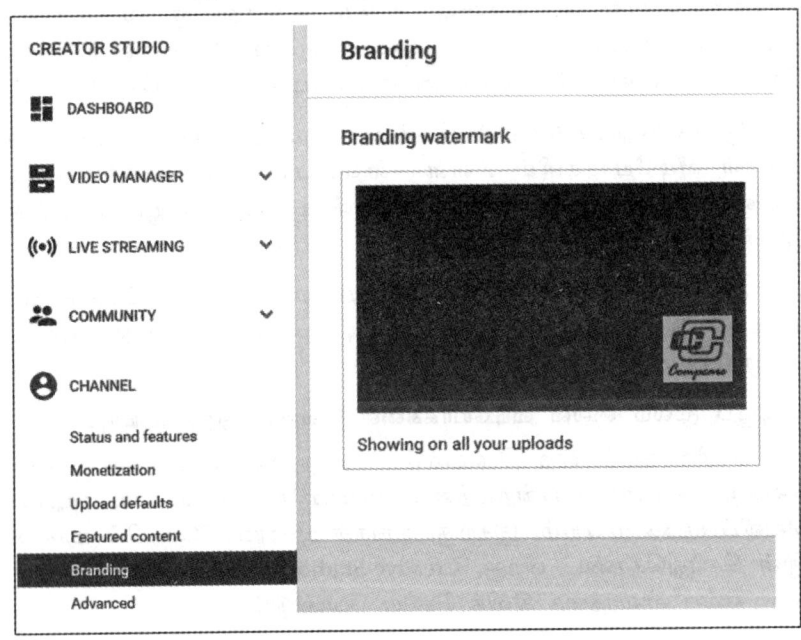

என் யு-டியூப் சேனல் வீடியோக்களில் சேனல் லோகோவை வெளிப்படுத்த முடியுமா?

தொலைக்காட்சி சேனல்களின் லோகோக்கள் அவற்றின் பெயரில் வெளிப்படுவதைப்போல உங்கள் யு-டியூப் வீடியோக்களில் உங்கள் சேனல் லோகோவை வெளிப்படுத்த முடியும். அந்த லோகோ வீடியோ முழுவதும் தொடர்ச்சியாக வெளிப்படும்.

இதற்கு இமேஜ் ஃபைலாக உங்களுக்கான சேனல் லோகோவை போட்டோஷாப், கோரல்டிரா போன்று ஏதேனும் ஒரு சாஃப்ட்வேர் மூலம் உருவாக்கி வைத்திருக்க வேண்டும்.

உங்கள் யு-டியூப் சேனலில் லாகின் இன் செய்துகொண்ட பிறகு, Creative Studio > Channel > Branding என்ற விவரத்தின் மூலம் உங்கள் சேனல் லோகோவைத் தேர்ந்தெடுத்து பொருத்திக்கொள்ளலாம்.

இனி உங்கள் யு-டியூப் சேனல்களில் நீங்கள் அப்லோட் செய்யும் எல்லா வீடியோக்களிலும் அந்த லோகோ நிரந்தரமாக வெளிப்படும். உங்களுக்கான அடையாளமாக இருக்கும்.

20. வானொலி விளம்பரங்கள் போல ஆடியோ விளம்பரங்கள்

உங்கள் ஆன்லைனில் அலுவலகத்தில் உள்ள உங்கள் தயாரிப்புகளை/பணிகளை/திறமைகளை/படைப்புகளை வெளிஉலகுக்கு ஆடியோ வடிவில் இலவசமாக விளம்பரப்படுத்துவதில் சவுண்ட் கிளவுட் (Sound Cloud) பெரும்பங்கு வகிக்கிறது. வானொலி விளம்பரங்களுக்கு இணையாக சவுண்ட் கிளவுட் விளம்பரங்களைக் கருதலாம். அதுவும் நீங்களாகவே உங்கள் கம்ப்யூட்டரில் மைக் மூலம் ரெகார்ட் செய்த ஆடியோவைக்கொண்டே உங்கள் பிசினஸுக்கு விளம்பரம் செய்ய முடியும்.

இதற்கு உங்கள் கம்ப்யூட்டருடன் இணைக்கப்பட்ட நல்ல தரமான மைக்கும், ஸ்பீக்கரும் தேவை. பிறகு சவுண்ட் ரெகார்டர் (Sound Recorder) போன்று ஏதேனும் ஒரு சாஃப்ட்வேர் மூலம் நீங்கள் பேச நினைப்பதை ரெகார்ட் செய்து அப்லோட் செய்துகொள்ளலாம். சவுண்டை ரெகார்ட் செய்ய இலவசமாகவே சாஃப்ட்வேர்கள் கிடைக்கின்றன. உங்கள் மொபைலில் ரெகார்ட் செய்த ஆடியோ ஃபைலைக் கூடப் பயன்படுத்தலாம்.

இப்படி நீங்களாகவே ரெகார்ட் செய்த ஆடியோவை சவுண்ட் கிளவுடில் அப்லோட் செய்துகொள்ளலாம். ஆடியோவில் உள்ள தகவல்கள் சுவாரஸ்யமாகவும் உபயோகமாகவும் இருந்தால் உங்கள் தயாரிப்புகள் மீது தானாகவே கவனம் சென்று விற்பனையும், விரிவுபடுத்தலும் மேம்படும்.

தனியாக வேறொரு சாஃப்ட்வேர் மூலம் ஆடியோவை ரெகார்ட் செய்யாமல் சவுண்ட் கிளவுட் வெப்சைட்டிலேயேகூட நேரடியாக பேசி ரெகார்ட் செய்யும் வசதியும் உள்ளது.

வானொலி விளம்பரங்களை உன்னிப்பாக கவனித்துப் பாருங்கள். ரத்தினச் சுருக்கமாக சில வார்த்தைகளில் நொடிப் பொழுதில் நம் மனதில் பதியும் வண்ணம் விளம்பரம் செய்வார்கள். அதுபோல உங்கள் தயாரிப்புகள் குறித்த விவரங்களை சுருக்கமாக எழுதி ஸ்கிரிப்ட் ரெடி செய்துகொண்டு ரெகார்ட் செய்ய அமரலாம்.

பாட்டுப் பாடும் திறமை உள்ள இசைப் பிரியர்கள் சவுண்ட் கிளவுட் மூலம் தங்கள் குரல் வளத்தை வெளிப்படுத்தி திறமையை வளர்த்துக்கொள்கிறார்கள். இதன் மூலம் மற்ற ஊடகங்களில் தங்கள் திறமைக்கேற்ற வாய்ப்புகளையும் பெறுகிறார்கள். திறமையையே சம்பாத்தியமாக்குகிறார்கள்.

சவுண்ட் கிளவுட் வெப்சைட்டில் உறுப்பினர் ஆகும் முறை

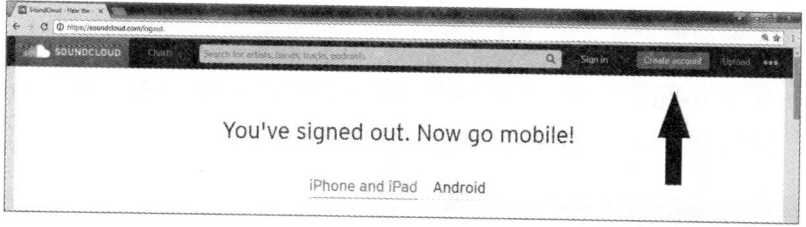

சவுண்ட் கிளவுட் (https://soundcloud.com) வெப்சைட்டில் நுழைந்து அதன் முகப்புத் திரையின் வலது மூலையில் உள்ள Create account என்ற விவரத்தைக் கிளிக் செய்தால் கிடைக்கின்ற விண்ணப்பப் படிவத்தைப் பூர்த்திசெய்து சவுண்ட் கிளவுட் வெப்சைட்டில் உறுப்பினராகி உங்களுக்கான யூசர் நேம் மற்றும் பாஸ்வேர்டை உருவாக்கிக்கொள்ள வேண்டும்.

ஏற்கெனவே ரெகார்ட் செய்துள்ள ஆடியோவை சவுண்ட் கிளவுட் வெப்சைட்டில் அப்லோட் செய்யும்முறை

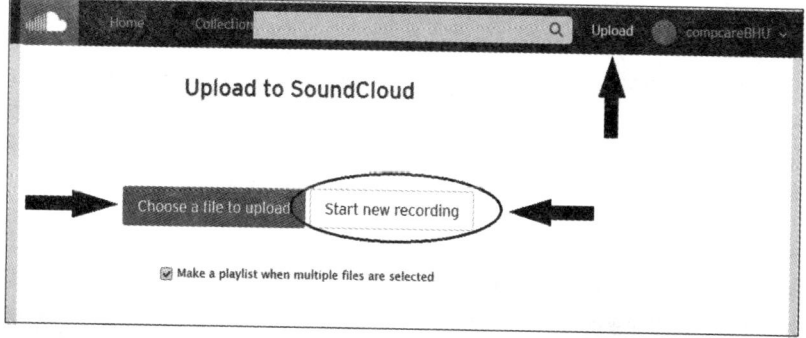

சவுண்ட் கிளவுட் (https://soundcloud.com) வெப்சைட்டில் நுழைந்து நமக்கான யூசர் நேம் மற்றும் பாஸ்வேர்டை கொடுத்து சைன் இன் செய்துகொள்ள வேண்டும். இப்போது கிடைக்கும் சவுண்ட் கிளவுட் வெப்சைட்டின் முகப்புத் திரையில் உள்ள upload என்ற பட்டனை கிளிக் செய்தால் கிடைக்கும் திரையில் (Choose a File to Upload) என்ற

விவரத்தின் மூலம் நம் கம்ப்யூட்டரில் ஏற்கெனவே ரெகார்ட் செய்து வைத்துள்ள ஆடியோ ஃபைலைத் தேர்ந்தெடுத்து அப்லோட் செய்து கொள்ளலாம். முழுமையாக அப்லோட் ஆனவுடன் அதிலுள்ள 'ப்ளே' (Play) பட்டனை கிளிக் செய்து ஆடியோவை முழுமையாகக் கேட்கலாம்.

சவுண்ட் கிளவுட் வெப்சைட்டிலேயே ஆடியோ ஃபைலை ரெகார்ட் செய்யும் முறை

சவுண்ட் கிளவுட் வெப்சைட்டின் முகப்புத் திரையில் உள்ள upload என்ற பட்டனை கிளிக் செய்தால் கிடைக்கும் Upload to Sound Cloud என்ற தலைப்பிலான திரையில் Start New Recording என்ற பட்டனை கிளிக் செய்ய வேண்டும்.

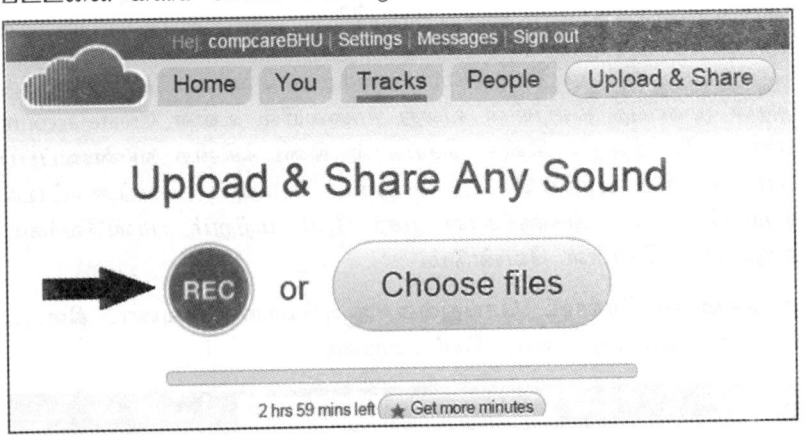

இப்போது Upload and Share any Sound என்ற தலைப்பில் திரை ஒன்று கிடைக்கும். இதில் REC என்ற பட்டனை கிளிக் செய்து கொண்டு, நம் கம்ப்யூட்டருடன் இணைக்கப்பட்ட மைக்கில் பேசத் தொடங்கினால் அவை ரெகார்ட் ஆக ஆரம்பிக்கும்.

ஆடியோ ஃபைல்களை ஷேர் செய்யும்முறை

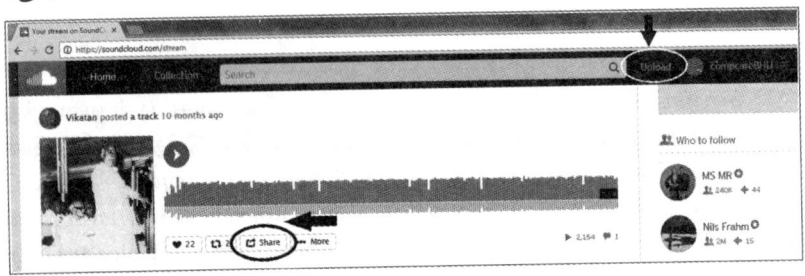

சவுண்ட் கிளவுடில் அப்லோட் செய்த ஆடியோவை ஃபேஸ்புக், டிவிட்டர், இமெயில் போன்ற சமூக வலைதளங்களில் ஷேர் செய்தால் தான் அவை மக்களைச் சென்றடையும். நாம் அப்லோட் செய்த ஆடியோ டிராக்கின் கீழேயே Share என்ற விவரத்தை கிளிக் செய்து ஆடியோவை மற்ற சமூக வலைதளங்களில் ஷேர் செய்யலாம்.

ஆடியோ விளம்பரம் செய்ய 'ஷார்ட்கட்' வழிமுறைகள்!

- சவுண்ட் கிளவுட் அக்கவுன்ட்டில் உறுப்பினர் ஆனவுடன்தான் நாம் ஆடியோ ஃபைல்களை அப்லோட் செய்துகொள்ள முடியும்.
- சவுண்ட் கிளவுடில் நாமாக ரெகார்ட் செய்யும் ஆடியோ ஃபைல்களை மட்டுமே அப்லோட் செய்துப் பயன்படுத்த முடியும்: பிற நிறுவனங்கள் ரெகார்ட் செய்த அல்லது பிற நிறுவனங்களின் ஆடியோ விளம்பரத்தை நாம் அப்லோட் செய்துப் பயன்படுத்த முடியாது. அப்படி அப்லோட் செய்தால் அது நம் அக்கவுன்ட்டில் இருந்து நீக்கப்பட்டுவிடும்.
- 3 மணி நேரம் வரையிலான ஆடியோ ஃபைல்களை இலவசமாக நாம் அப்லோட் செய்துப் பயன்படுத்த முடியும். அதற்கு மேற்பட்ட ஃபைலகளை அப்லோட் செய்ய கட்டணம் செலுத்திப் பயன்படுத்த வேண்டும். அதற்கான வழிமுறைகள் வெப்சைட்டிலேயே கொடுக்கப்பட்டு இருக்கும்.
- AIFF, Wave, FLAC, OGG, MP2, MP3, AAC, AMR, WMA போன்ற ஃபைல் தன்மைகளில் ஆடியோ ஃபைல்களைப் பதிவாக்கி அப்லோட் செய்யலாம்.
- ஆடியோ ஃபைலை அப்லோடு செய்யும்போதே அதை ஃபேஸ்புக், ட்விட்டர், டம்ப்ளர் போன்ற சமூக வலை தளங்களில் பகிர்ந்துகொள்ள முடியும்.
- சவுண்ட் கிளவுட் அக்கவுன்ட்டில் உறுப்பினர் இல்லாதவர்கள் கூட நம் அக்கவுன்ட்டில் பகிரும் ஆடியோ ஃபைல்களை கேட்க முடியும். ஆனால், அவர்கள் உறுப்பினர் ஆனவுடன் நம் ஆடியோ ஃபைல்களைத் தொடர்ச்சியாகப் பின்தொடர (Follow) முடியும்.

21. விளம்பரங்களும், வாடிக்கையாளர்களும்!

உங்கள் ஆன்லைன் அலுவலகத்தில் உள்ள தயாரிப்புகளுக்கான பிளாக், சவுண்ட் கிளவுட், யு-டியூப் விளம்பரங்களை வாடிக்கையாளர் களுக்கு எப்படி அறிமுகப்படுத்துவது, வாடிக்கையாளர்களை அதிகரிப்பது எப்படி போன்றவற்றைத் தெரிந்துகொள்வோம். ஏனெனில் விளம்பரங்களுக்கே விளம்பரம் தேவையுள்ள காலத்தில் இருக்கிறோம்.

விளம்பரத்துக்கே விளம்பரம்!

விளம்பரமாக இருந்தாலும் அந்த விளம்பரமும் அதிக அளவில் மக்களைச் சென்றடைந்தால் மட்டுமே வெற்றிபெறும். உங்கள் ஆன்லைன் அலுவலகத்தில் நீங்கள் ஷோகேஸ் செய்கின்ற உங்கள் படைப்புகளுக்கான விளம்பரத்தை வெளிஉலகத்துக்கு வெளிச்சம் போட்டுக் காட்டுவதற்கும், உங்களுக்கான நட்பு (கஸ்டமர்) வட்டத்தை உருவாக்கிகொள்வதற்கும் ஃபேஸ்புக் (www.facebook.com) உதவுகிறது.

மொபைலில் குறுந்தகவல் அனுப்புவதைப்போல சுருக்கமாக தகவல்களைப் பகிர டிவிட்டர் (www.twitter.com) உதவுகிறது. டிவிட்டரில் பகிர்வதை உடனுக்குடன் ஃபேஸ்புக்கில் பகிரவும் முடியும்.

வியாபாரம் செய்பவர்கள், தொழிலதிபர்கள், சினிமாத் துறையினர், இசைத் துறையினர், டாக்டர், இன்ஜினியர், வக்கீல் என பல்துறையினரும் ஃபேஸ்புக் மற்றும் டிவிட்டரைத் தங்கள் பிசினஸை விளம்பரப்படுத்தும் நோக்கில் பயன்படுத்துகிறார்கள்.

செய்தித்தாள்களும், தொலைக்காட்சிகளும் சமூக வலைதளங்களில்!

பத்திரிகை, தொலைக்காட்சி ஊடகங்களும் ஃபேஸ்புக் மற்றும் டிவிட்டரைப் பயன்படுத்தி செய்திகளைப் பரிமாறிக்கொள்வதால் இன்று செய்தித்தாள் படிக்கும் வழக்கம் இல்லாத பெரும்பாலானோர்கூட செய்தித்தாளின் மற்றொரு வடிவமான மின்னணு ஊடகங்கள் வாயிலாகச் செய்திகளை அறிந்துகொள்கிறார்கள்.

அதுவும் சுருக்கமாகவும், படிக்கும் ஆர்வத்தைத் தூண்டும் விதத்தில் வண்ணமயமான புகைப்படங்கள் மற்றும் செய்திக்குறிப்புடன் வெளிப் படும் தகவல்களை மக்கள் உடனுக்குடன் படிக்க முடிகிறது. பஸ்,

ரயிலுக்காகக் காத்திருக்கும் நேரத்தில், வங்கிகளில்/ஏ.டி.எம் சென்டர்களில் கியூவில் நிற்கும் நேரத்தில், டிவி பார்க்கும்போது விளம்பர இடைவெளியில், அலுவலக உணவு இடைவெளி நேரத்தில் இப்படி எந்த நேரத்திலும் தங்கள் கையில் உள்ள ஸ்மார்ட்போனிலேயே செய்திகளைப் படிக்க முடிவதால் ஃபேஸ்புக், டிவிட்டரின் ஆதிக்கம் அதிகமாகவே உள்ளன.

மேலும், தொலைக்காட்சிச் சேனல்களும் தங்கள் தயாரிப்புகளை யு-டியூப் சேனல்களிலும் கொண்டுவந்துவிட்டதால், அவையும் ஃபேஸ்புக், டிவிட்டரில் பகிரப்படுகின்றன.

பத்திரிகை, தொலைக்காட்சி ஊடகங்கள் அனைத்தும் இன்று சமூக வலைதளங்கள் மூலமே பிரபலமாகி பெருவாரியான மக்களைச் சென்றடைந்துள்ளன.

ஃபேஸ்புக் படைப்பாளிகள்

ஃபேஸ்புக் படைப்புகள் எழுத்து, கவிதை, ஓவியம் என பல்வேறு வடிவங்களில் பெருகி ஏராளமான ஃபேஸ்புக் படைப்பாளிகள் உருவாகி வருகிறார்கள். ஃபேஸ்புக்கில் கதை, கவிதை எழுதி அவற்றை புத்தகமாக வெளியிட்ட எழுத்தாளர்களின் படைப்புகள் விற்பனையிலும் நல்ல வரவேற்பைப் பெற்றுள்ளன.

ஃபேஸ்புக் நட்புகளை வாடிக்கையாளர்களாக்கலாம்

ஃபேஸ்புக்கில் 5000 நண்பர்களுக்கும் குறையாமல் நட்புகளை உருவாக்கிக்கொள்ள முடியும். உங்களுக்குத் தெரிந்தவர்களுக்கு நீங்களே நட்பு அழைப்பு விடுத்து நண்பர்களாக்கிக்கொள்ளலாம். அதுபோல உங்களுக்கு வருகின்ற நட்பு அழைப்புகளை ஏற்றுக் கொள்ளலாம். நாளடைவில் உங்கள் நட்பு வட்டம் பெருகும். நண்பர்களை அப்படியே உங்கள் பிசினஸின் வாடிக்கையாளர்களாக்கி கொள்ளும் வசதியும் ஃபேஸ்புக்கில் உள்ளது.

ஃபேஸ்புக்கில் தனிநபர் அக்கவுன்ட், பிசினஸ் அக்கவுன்ட் என்று இருவகை உள்ளன. தனிநபர் அக்கவுன்ட்டில் நண்பர்களால் இணைக்கலாம். உங்கள் தனிநபர் அக்கவுன்ட்டைப் பயன்படுத்தி, பிசினஸ் அக்கவுன்ட்டை உருவாக்கிக்கொள்ள முடியும். தனிநபர் அக்கவுன்ட்டைப் போலவே பிசினஸ் அக்கவுன்ட்டும் இலவசமே.

யு-டியூப் வீடியோக்கள், சவுண்ட் கிளவுட் ஆடியோக்கள், பிளாக் தகவல்கள் போன்றவற்றையும் ஃபேஸ்புக் பேஜில் ஷேர் செய்து இலவச விளம்பரமாக்கிக்கொள்ளலாம். அவை வாடிக்கையாளர்களை நேரடியாகச் சென்றடையும்.

ஃபேஸ்புக்கில் தனிநபர் அக்கவுன்ட்டும், பிசினஸ் அக்கவுன்ட்டும்

ஃபேஸ்புக் (https://www.facebook.com/) வெப்சைட்டில் நுழைந்து Create New Account என்ற விவரத்தைக் கிளிக் செய்தால் கிடைக்கின்ற விண்ணப்பப்படிவத்தைப் பூர்த்திசெய்து ஃபேஸ்புக் வெப்சைட்டில் உறுப்பினராகி உங்களுக்கான யூசர் நேம் மற்றும் பாஸ்வேர்டை உருவாக்கிக்கொள்ள வேண்டும்.

பிறகு நட்பு அழைப்பு விடுப்பது, வருகின்ற நட்பு அழைப்பை ஏற்பது, பதிவுகளை எழுதி போஸ்ட் செய்வது, நண்பர்களின் விருப்பமான பதிவுகளுக்கு லைக், கமெண்ட், ஷேர் செய்வது போன்றவற்றைத் தெரிந்துகொள்ள வேண்டும்.

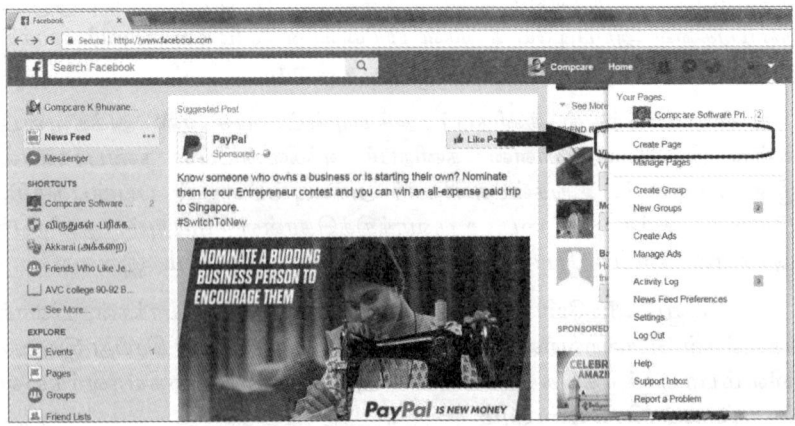

அடுத்து உங்கள் ஃபேஸ்புக் முகப்புத் திரையின் வலதுமூலையில் உள்ள Create Page என்ற விவரத்தை கிளிக் செய்து பிசினஸ் பக்கத்தை உருவாக்கிக்கொள்ள வேண்டும்.

உங்கள் பிசினஸ் குறித்த தகவல்களை உங்கள் பிசினஸ் ஃபேஸ்புக் அக்கவுன்ட்டில் அப்டேட் செய்து, அதை உங்கள் பர்சனல் ஃபேஸ்புக் பர்சனல் அக்கவுன்ட் மூலம் பிரபலப்படுத்திக் கொள்ளலாம்.

தனிநபர் அக்கவுன்ட்டில் நண்பர்கள், பிசினஸ் அக்கவுன்ட்டில் வாடிக்கையாளர்கள்

உங்கள் தனிநபர் ஃபேஸ்புக் அக்கவுன்ட்டில் சுமார் 5000 நண்பர்களை இணைத்துக்கொள்ளலாம். மேலும் உங்கள் பேஜில் நீங்கள் பதிவிடும் தகவல்களின் சுவாரஸ்யத்துக்கு ஏற்ப கணக்கிலடங்கா ரசிகர்களை (Followers) பெற முடியும்.

அதுபோல உங்கள் பிசினஸ் ஃபேஸ்புக் அக்கவுன்ட்டை சப்ஸ்க்ரைப் (Subscribe) செய்ய உங்கள் நண்பர்களுக்கு அழைப்பு விடுங்கள். அவர்கள் உங்கள் பிசினஸ் பேஜை லைக் செய்து கொள்வதன் மூலம் உங்கள் பேஜ் பிரபலமாகும். அதன் தொடர்பாக உங்கள் பேஜில் நீங்கள் ஷோகேஸ் செய்திருக்கும் உங்கள் தயாரிப்பு களுக்கும் நல்ல விளம்பரம் கிடைக்கும்.

இவைதவிர உங்கள் பிசினஸ் பேஜில் நீங்கள் பதிவிடும் உங்கள் தயாரிப்புகளைக் கட்டணம் செலுத்தி விளம்பரப்படுத்தலாம். மேலும் உங்கள் பிசினஸ் பேஜையே கட்டணம் செலுத்தி விளம்பரப் படுத்தலாம். ஃபேஸ்புக்கே உங்கள் சார்பில் உங்கள் பேஜை விளம்பரப்படுத்தி நீங்கள் தேர்ந்தெடுக்கும் கட்டணத்துக்கு ஏற்ப பார்வையாளர்களைப் பெற்றுத்தருவார்கள்.

பார்வையாளர்களைக் கவர ஒரு டிப்ஸ்

தனிநபர் அக்கவுன்ட்டாக இருந்தாலும் சரி, பிசினஸ் அக் கவுன்ட்டாக இருந்தாலும் சரி, உங்கள் தயாரிப்புகள் குறித்த விளம்பரங்களைப் பதிவிடும்போது இடைஇடையே அந்தத் தயாரிப்புகள் குறித்த சுவையான செய்திகள், சம்பவங்கள் போன்றவற்றைப் பதிவிட்டால் பார்வையாளர்களுக்குப் படிப்பதற்கு சுவையாக இருக்கும். வெறும் விளம்பரமாக இருந்தால் ‘இது விளம்பரம் தானே...’ என பார்க்காமலேயே நகர்ந்துச் சென்றுவிடுவார்கள். பார்வையாளர்களை உங்கள் பதிவைப் பார்க்க வைப்பதில்தான் உங்கள் வெற்றி அடங்கி யுள்ளது.

22. நேரில் பார்க்காமலேயே மீட்டிங்!

ஸ்கைப்பின் மூலம் நேரடியாகப் பார்த்துப் பேசுவதைப்போல நம் நட்பு வட்டத்தில் உள்ளவர்களுடன் தொடர்புகொள்ள உதவும் தொழில்நுட்ப வசதி. ஸ்கைப் மூலம் எழுத்து வடிவில் டைப் செய்து சாட் செய்யலாம், ஒலி வடிவில் போனில் பேசுவதைப்போல பேசலாம், வீடியோ வடிவிலும் நேரில் பார்த்துக்கொண்டே பேசுவதைப்போல பேசலாம்.

உங்கள் ஆன்லைன் அலுவலகத்தில் நீங்கள் பட்டியலிடும் தயாரிப்புகளைப் போல வாடிக்கையாளர்கள் தங்கள் விருப்பத்துக்கு ஏற்ப சில வடிவமைப்புகளில் தயாரித்துக்கொடுக்க உங்களிடம் ஆர்டர் கொடுக்க விரும்பலாம். அவர்களால் அத்தனையையும் இமெயிலிலோ அல்லது தொலைபேசியிலோ விளக்கிவிட முடியாது. சில சமயங்களில் நேரில் பார்த்துப் பேசி விளக்க விரும்புவார்கள். அவர்கள் இருந்த இடத்தில் இருந்தே தங்கள் ஸ்கைப் அக்கவுன்ட் மூலம் உங்களைத் தொடர்புகொண்டு நேரில் பார்த்துப் பேசுவதைப்போல கம்ப்யூட்டர்/லேப்டாப்/ஸ்மார்ட்போனில் பேச முடியும். நேரில் வரத் தேவையில்லை.

அதுபோல உங்கள் தயாரிப்புகளை வாங்கிச் செல்பவர்கள் அவற்றைப் பயன்படுத்த ஆலோசனை கேட்பதற்கும், அவற்றில் ஏதேனும் குறை இருந்தால் அதை தெரிவிப்பதற்கும் நேரில் வராமல், ஸ்கைப் மூலம் தொடர்புகொண்டு தெரிவிக்க முடியும்.

உங்கள் ஆன்லைன் அலுவலகத்துக்கு பிரத்யேக வாடிக்கையாளர் சேவை மையமாக ஸ்கைப்பைப் பயன்படுத்தலாம்.

நம் பிசினஸுக்கு ஸ்கைப்பைப் பயன்படுத்தும் முறை

1. ஒன்றுக்கும் மேற்பட்டவர்களுடன்கூட குரூப் சாட் செய்ய முடியும்.
2. நம் பிசினஸ் எதுவாக இருந்தாலும், நம் கிளையின்ட்டுகளை ஸ்கைப்பில் இணைத்துக் கொண்டுவிட்டால் அவர்களுடன் தேவையானபோது வீடியோ சாட் மூலம் பேசிக்கொள்ள முடியும். நம் கிளைண்ட்டுகளும் ஸ்கைப் அக்கவுன்ட் வைத்திருக்க வேண்டும்.

3. மீட்டிங் குறித்த தகவல், தேதி மற்றும் நேரம் இவற்றை இமெயில் மூலம் தகவல் கொடுத்துவிட்டு, குறிப்பிட்ட நேரத்தில் அனைவருடனும் ஸ்கைப்பில் வீடியோ கான்ஃபரன்ஸ் செய்துகொள்ளலாம். இவ்வாறு செய்வதன் மூலம் அனைவருக்கும் நம் பிசினஸ் தயாரிப்புகள் மற்றும் சேவைகள் குறித்த அப்டேட்டுகள் அவ்வப்போது சென்றடையும்.
4. ஸ்கைப்பில் பள்ளி மற்றும் கல்லூரி வகுப்புகளை டியூஷன் எடுக்கலாம்; ஆங்கிலம், ஹிந்தி போன்ற மொழிகளைக் கற்றுத் தரலாம்; பாட்டு கற்றுக்கொடுக்கலாம்; வயலின், மிருதங்கம் போன்ற இசைக்கருவிகளைக் கற்றுக்கொடுக்கலாம். ஆர்ட், கிராஃப்ட் போன்ற கலைகளைக் கற்றுத்தரலாம்.

ஸ்கைப் முற்றிலும் இலவசமா?

1. நம் கம்ப்யூட்டரில் உள்ள ஸ்கைப் மூலம் ஸ்கைப் இன்ஸ்டால் செய்துள்ள மற்றொரு கம்ப்யூட்டரைத் தொடர்பு கொள்ளலாம் அல்லது ஸ்கைப் ஆப் இன்ஸ்டால் செய்யப் பட்ட ஸ்மார்ட்போனைத் தொடர்புகொள்ளலாம். இதற்கு கட்டணம் ஏதும் இல்லை, முற்றிலும் இலவசம்தான்.
2. ஸ்கைப்பில் இரண்டு வகை உள்ளன. Skype for HOME, Skype for BUSINESS. நம்முடைய பிசினஸ் சிறிய அளவில் 20-25 கிளைண்ட்டுகளை மட்டும் பெற்றிருந்தால், Skype for HOME என்ற வகையைப் பயன்படுத்தலாம். இது முற்றிலும் இலவசம். 250 கிளைண்ட்டுகள் வரை தொடர்புகொள்ள வேண்டியிருந்தால் Skype for BUSINESS என்ற வகையைப் பயன்படுத்தலாம்.

3. நம் கம்ப்யூட்டர் அல்லது ஸ்மார்ட்போனில் இன்ஸ்டால் செய்யப்பட்ட ஸ்கைப் மூலம் லோக்கல் மற்றும் இன்டர் நேஷனல் தொலைபேசி /அலைபேசி அழைப்புகளை ஏற்று அவற்றுக்குப் பதில் அளிக்கும் முறைக்கு Skype In என்று பெயர். அதுபோல ஸ்கைப் இன்ஸ்டால் செய்யப்பட்ட நம் கம்ப்யூட்டர் மூலம் லோக்கல் மற்றும் இன்டர் நேஷனல் தொலைபேசி / அலைபேசி அழைப்புகளைச் செய்வதற்கு Skype Out என்று பெயர். இவை இரண்டுக்குமே கட்டணம் செலுத்தவேண்டி இருக்கும்.

ஸ்கைப்பின் இலவச வெர்ஷனையும் பிசினஸ் வெர்ஷனையும் டவுன்லோடு செய்யும் முறை

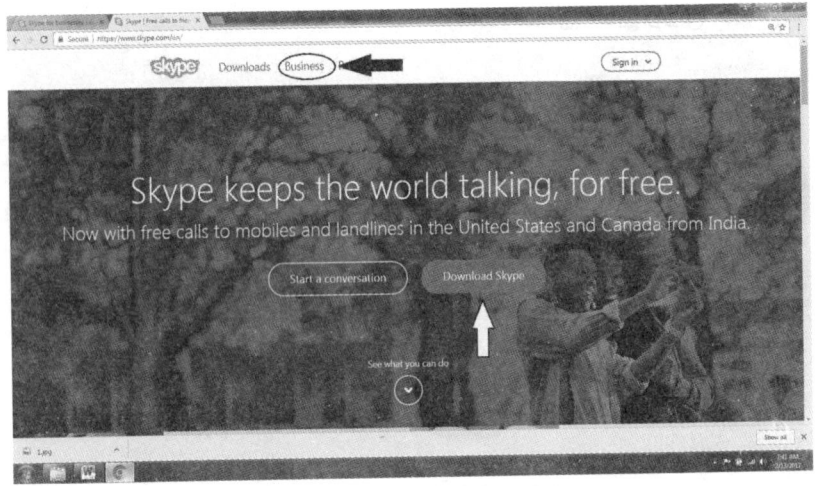

பிரவுசர் சாஃப்ட்வேரில் www.skype.com என்ற வெப்சைட் முகவரியை டைப் செய்துகொள்ள வேண்டும். அப்போது கிடைக்கும் திரையில் Business என்ற விவரத்தை கிளிக் செய்து, பிசினஸ் நோக்கத்துக்காகப் பயன்படுத்தும் ஸ்கைப் வெர்ஷனை கட்டணம் செலுத்தியும், Download Skype என்ற விவரத்தின் மூலம் இலவசமாகப் பயன்படுத்தக்கூடிய ஸ்கைப் வெர்ஷனையும் டவுன்லோடு செய்து கொள்ளலாம். பின்னர் அதை இன்ஸ்டால் செய்துகொண்டு நமக்கான யூசர் நேம் மற்றும் பாஸ்வேர்டை உருவாக்கிக்கொள்ள வேண்டும்.

தானாகவே தயாராகும் ஸ்கைப்!

ஸ்கைப்பில் முதன்முதலாக அக்கவுன்ட் ஏற்படுத்திக்கொண்டு சைன் இன் செய்யும்போது, நாம் பயன்படுத்தும் வெப் கேமிரா,

ஹெட்போனின் தரம், கம்ப்யூட்டரில் ஸ்பீக்கரின் தன்மை போன்ற வற்றைப் பரிசோதிக்கும் திரை வெளிப்படும். அந்தத் திரை என்ன சொல்கிறதோ, அதன்படி செயல்பட்டுக்கொண்டே வந்தால் நாம் மைக்கில் பேசுவதற்கு ஏற்ப நம் கம்ப்யூட்டரையும் வெப் கேமிராவையும், ஹெட்போனையும் சரிசெய்துகொடுக்கும்.

ஸ்கைப்பில் நண்பர்களை இணைத்துக்கொள்ளும் முறை

1. ஸ்கைப்பின் முகப்புத் திரையில் உள்ள சர்ச் பாரில் நம் தொடர்பில் இணைக்கவேண்டிய நண்பரின் இமெயில் முகவரியை டைப் செய்து தேடி அவருக்கு நட்பு அழைப்பு கொடுக்க வேண்டும்.

2. நாம் நட்பு அழைப்பு விடுத்த நபர் நம் அழைப்பை ஏற்றுக் கொள்ள அவர் ஸ்கைப் விண்டோவில் Accept என்ற பட்டனை கிளிக் செய்ய வேண்டும். அப்போதுதான் அவர் நாம் கொடுத்த அழைத்த நட்பு அழைப்பை ஏற்றுக்கொண்டு விட்டார் எனப் பொருள்.

சாட் செய்யும்போதே இவற்றையும் இணைக்கலாம்!

ஸ்கைப்பின் சாட் விண்டோவில் டைப் செய்து உரையாடும்போது புகைப்படங்கள் (Send Photos), தேவையான ஃபைல்கள் (Send File), நம் தொடர்பில் உள்ளவர்களது விவரங்கள் (Send Contacts) போன்ற வற்றை இணைத்து அனுப்ப முடியும். மேலும், நாம் பேசி ரெகார்ட் செய்து வீடியோ ஃபைலையும் (Send Video Message) அனுப்ப முடியும்.

23. வேலை வாய்ப்புக்கான சமூக வலைதளம்!

உங்கள் ஆன்லைன் அலுவலகத்தில் விற்பனைக்குத் தயாராக உள்ள உங்கள் தயாரிப்புகளை மக்களிடம் கொண்டு சேர்ப்பதில் பேருதவி செய்கின்ற பிளாக், சவுண்ட் கிளவுட், யு-டியூப், ஃபேஸ்புக், டிவிட்டர் வரிசையில் 'லிங்க்டுஇன்' (LinkedIn) சமூக வலைதளம் கொஞ்சம் வித்தியாசமானது. இணையத்தில் இணைந்து செயல்படும் அனைவரும் லிங்குடுஇன் வெப்சைட்டில் அக்கவுன்ட் ஏற்படுத்திக் கொண்டு தங்கள் புரொஃபைலை அப்டேட் செய்து வைத்துக் கொண்டால் ஒருவருக்கொருவர் தொடர்பில் இருக்க முடியும். தேவை யானதை தேவையான சமயத்தில் சுலபமாகப் பெற்றுக்கொள்ள உதவும் அற்புதமான வசதிகளைக்கொண்ட சமூக வலைதளம் இது. தேவைகளும், தேவைகளை முடித்துக் கொடுப்பவர்களும் சங்கமிக்கும் இடமாக இந்த வெப்சைட் விளங்குகிறது.

இந்த சமூக வலைதளத்தில் வேலைகள், அந்த வேலைகளை முடிக்கும் திறனுள்ள பணியாளர்கள், பல்வேறு தொழில் வாய்ப்புகள், அவற்றை செய்துமுடிக்கும் தொழில்நுட்ப வல்லுநர்கள், கற்றுக் கொள்ளுதல், கற்றுக் கொடுத்தல், ஒரே வகையான தொழில் செய்பவர்கள், அவர்களின் எதிர்பார்ப்புகளும் தேவைகளும், வேலைக்கு சரியான நபர் தேடி எடுத்தல், அவர்களைப் பணிக்கு அமர்த்துதல் போன்ற சேவைகளுக்கான வாய்ப்புகள் இடம் பெற்றுள்ளன. இதன்மூலம் பொதுவான தொழில் வள வாய்ப்புகள் அனைவருக்கும் கிடைக்கும். உற்பத்தித் திறனும் வர்த்தக வாய்ப்புகளும் இணைந்து இந்த வாய்ப்பு களை அதிகரிக்கும்.

'லிங்க்ட் இன்' சமூக வலைதளத்தின் அடிப்படை இலக்கு, வல்லுநர்களை இணைப்பதுதான். இதன் மூலம், திறமை உள்ளவர்கள் ஒவ்வொருவரும் இணைந்து கொள்ள முடிகிறது. தங்கள் திறமையைப் பிறருக்கு அளித்து வர்த்தக வாய்ப்புகளைப் பெருக்கிக் கொள்ளலாம். தங்களுக்கு வேண்டிய திறன்களையும் பிறரிடமிருந்து பெற்றுக் கொண்டு பயன்படுத்தலாம். ஒருவருக்கொருவர் பரிந்துரையின் பேரில் வேலை வாய்ப்புகளைப் பெறலாம்.

இதில் தங்கள் புரொஃபைலை பதிவு செய்து செயல்படுபவர்கள் தங்களுக்குள் குழுக்களை அமைத்துக் கொண்டு தகவல்களைப்

பகிர்ந்து கொள்ளலாம். பெரும்பாலும் வேலை வாய்ப்பு தேடும் குழுக் களாகவே இவை செயல்படுகின்றன. ஆனாலும் கல்வி, ஆய்வுகள், ஆராய்ச்சிகள், பல்வகைத் தேடல்கள் எனப் பல பயனுள்ள குழுக்கள் இயங்கி வருகின்றன.

இந்த சமூக வலைதளத்தில் இணைந்துள்ள தொழில்நுட்ப வல்லுநர்கள் ஒருவருக்கொருவர் தங்களின் திறமையைப் பகிர்ந்து கொண்டு, அவர்களின் திறனையும் திறமைகளையும் முழுமையாகப் பயன்படுத்தி, தங்கள் தொழில் வாய்ப்புகளை வளம் நிறைந்ததாக மாற்ற முடியும்.

நம் பிசினஸுக்கு லிங்குடுஇன்னைப் பயன்படுத்துவது எப்படி?

1. ஒரு வேலைக்குச் செல்ல வேண்டும் என்றால் முதலில் நாம் தயாரிப்பது நம்முடைய புரொஃபைலாகத்தான் இருக்கும். அதில் நம் பெயர், முகவரி மற்றும் தொலைபேசி, அலைபேசி எண்கள், நம் திறமை, நம்முடைய குறிக்கோள், நாம் எதிர்பார்க்கும் சம்பளம் போன்றவை இருக்கும்.
2. அதுபோல நாம் ஒரு பிசினஸ் செய்வதாகக் கருதுவோம். நாம் வேலைக்கு ஆட்கள் எடுப்பதாக இருந்தால் பத்திரிகை களிலும் ஆன்லைனிலும் விளம்பரம் கொடுப்போம். அதில் நம் நிறுவனத்தின் தேவை, எப்படிப்பட்ட நபர்கள், என்னென்ன திறமைகள் கொண்டவர்கள் தேவை என்பதை தெளிவாகக் குறிப்பிடுவோம்.
3. இவ்வாறு, வேலை தேடுபவர்கள், வேலை கொடுப்பவர்கள் இந்த இரண்டு பிரிவினரையும் இணைக்கும் பாலமாக லிங்க்டுஇன் விளங்குகிறது. லிங்குடுஇன் வெப்சைட்டில், இரண்டு பிரிவினரும் தங்கள் தேவைகளைத் தெளிவாக

தங்கள் புரொஃபைலில் வெளிப்படுத்திக்கொண்டால் இருசாராரும் பயன் அடைய முடியும்.

4. வேலை தேடுபவர்கள் என்று இல்லாமல் எழுத்தாளர்கள், ஓவியர்கள், சினிமாத் துறையைச் சார்ந்தவர்கள், எல்லா விதமான சிறிய மற்றும் பெரிய பிசினஸ் செய்பவர்கள் என அனைத்துப் பிரிவினரும் தங்களைப் பற்றிய விவரங்களை லிங்க்டுஇன் வெப்சைட்டில் தங்களுக்கான அக்கவுன்ட்டில் பதிவுசெய்து வைத்துக்கொண்டால், அது நல்ல தொடர்பை ஏற்படுத்திக்கொடுக்கும்.

5. எனக்கு இவை தெரியும், என் திறமைகள் இவை என தங்கள் தேவைகளைப் பட்டியல் போடுபவர்களும், இந்தத் திறமை உள்ளவர்களுக்கான வேலைவாய்ப்பு / தொழில்வாய்ப்பு எங்களிடம் உள்ளன என்று பட்டியல் போடுகிறவர்களும் ஒருங்கிணையும் இடமாக இந்த வெப்சைட் விளங்குவதால், பிசினஸ் செய்பவர்களாக இருந்தால் தங்களுக்குத் தேவையான பணியாளர்களைத் தேர்ந்தெடுப்பதற்கும், வேலை தேடுபவர் களாக இருந்தால் வேலைவாய்ப்பைப் பெறுவதற்குமான சிறந்த களமாக இது விளங்குகிறது.

லிங்குடுஇன் வெப்சைட்டில் உறுப்பினராகிப் பயன்படுத்தும் முறை

ஏதேனும் ஒரு பிரவுசர் சாஃப்ட்வேரில் www.linkedin.com என்ற வெப்சைட் முகவரியை டைப் செய்துகொண்டால் கிடைக்கின்ற விண்ணப்பப் படிவத்தைப் பூர்த்தி செய்து நமக்கான யூசர் நேம் மற்றும் பாஸ்வேர்டை உருவாக்கிக்கொள்ள வேண்டும்.

லிங்குடுஇன் பகுதிக்குச் சென்றதும் கிடைக்கும் முகப்புத்திரையில் தான் நம் தொடர்பில் உள்ளவர்கள் பதிவுசெய்யும் தகவல்கள் வெளிப்படும். ஃபேஸ்புக்கில் நம் நட்பு வட்டத்தில் உள்ளவர்கள் பகிர்ந்துகொள்வதைப்போல லிங்குடுஇன்-னில் நம் தொடர்பில் உள்ளவர்கள் பகிர்ந்துகொள்ளும் தகவல்கள் இங்கு வெளிப்படும்.

நாம் ஏதேனும் பகிர நினைத்தால், Share an Update என்ற பட்டனை கிளிக் செய்து தகவல்களை டைப் செய்துகொள்ளலாம்.

லிங்குடுஇன் அக்கவுன்ட்டில் தேவையான நபரைத் தேடி இணைக்கும் முறை

லிங்குடுஇன் வெப்சைட்டின் முகப்புத்திரையில் உள்ள சர்ச் பாரில் நமக்குத் தேவையான நபரின் பெயரை டைப் செய்ய வேண்டும்.

இப்போது நாம் டைப் செய்யும் பெயரைக்கொண்ட நபர்கள் பட்டியலிடப்படும். அவர்கள் புகைப்படத்துக்குக் கீழே அவர்களின் பணி விவரம் வெளிப்பட்டிருக்கும். நமக்கு தேவையான நபரின் பெயர் மீது மவுஸை வைத்து கிளிக் செய்தால் அவரது புரொஃபைல் வெளிப்படும்.

யாரை நம் தொடர்பில் இணைத்துக்கொள்ள விருப்பமோ அவருக்கு இன்விடேஷன் அனுப்ப Send invitation என்ற பட்டனை கிளிக் செய்ய வேண்டும்.

இப்போது Invitation to ... Sent என்ற தகவலை உள்ளடக்கிய விண்டோ கிடைக்கும். நாம் அழைப்பு விடுத்த நபர் நம் அழைப்பை ஏற்றுக்கொண்டால் அவர் நம் தொடர்பில் இணைந்துவிடுவார்.

24. ஆன்லைனில் நோட்டீஸ்போர்ட்!

உங்கள் ஆன்லைன் அலுவலகத்தில் (வெப்சைட்டில்) தகவல்களைப் பார்த்துக்கொண்டிருப்பவர்கள் அவர்களுக்குப் பிடித்தவற்றைச் சேகரித்து வைத்துக்கொண்டு பிறகு, பொறுமையாக எடுத்துப் படித்துப் பார்த்துப் பயன்படுத்த உதவும் தொழில்நுட்ப வசதி 'பின் இட்' (Pin It). இது நம் கம்ப்யூட்டரில் நாம் பயன்படுத்தும் வெப் பிரவுசரில் விருப்ப மான வெப்பக்கத்தைச் சேகரித்து வைக்கும் புக்மார்க் வசதியைப் போலவே செயல்படக்கூடியது.

உதாரணத்துக்கு, 'பின் இன்டரெஸ்ட்' என்பது பத்திரிகைகளைப் படிக்கும்போது தேவையானதை கட் செய்து ஃபைல் செய்து வைத்துக் கொள்வதைப்போல நம் வெப்சைட்டில் பிடித்தவற்றைத் தனியாகச் சேகரித்து வைத்துக்கொண்டு பிறகு தேவையானபோது எடுத்துப் பயன்படுத்த உதவும் வசதி.

நம் அலுவலகத்தில் வரவேற்பறையில் உள்ள நோட்டீஸ் போர்டில் நம் நிறுவனத்தைப் பற்றிய செய்திகள், தயாரிப்புகள் குறித்த செய்தித்தாள் மற்றும் சமூக வலைதளப் பகிர்வுகள், விடுமுறை

தினங்கள் பற்றிய தகவல்கள் போன்றவற்றைப் பின்செய்து வைத்திருப் பார்கள். செமினார் ஹாலில் உள்ள நோட்டீஸ் போர்டில் அன்றைக்கு நடக்க இருக்கும் செமினார் குறித்த செய்திகள், அதன் தொடர்பான படங்கள் போன்றவற்றைப் பின்செய்து வைக்கப்பட்டிருக்கும். கேன்டீனில் உள்ள நோட்டீஸ் போர்டில் சாப்பாடு சம்பந்தமான விஷயங்களைப் பின்செய்து வைத்திருப்பார்கள்.

இப்படி ஓர் அலுவலகத்தில் வெவ்வேறு இடங்களில் வெவ்வேறு நோட்டீஸ் போர்டுகள் இருப்பதைப்போல நாமும் பி(ன்)இன்டரெஸ்ட் என்ற வெப்சைட்டில் நமக்கான அக்கவுன்ட்டில் எத்தனை பின் போர்டு களை வேண்டுமானாலும் உருவாக்கிக்கொள்ளலாம். படிப்பு, ஷாப்பிங், குழந்தை வளர்ப்பு இப்படி நம் விருப்பத்துக்கு ஏற்ப பின் போர்டுகளை உருவாக்கிக்கொண்டு, இன்டர்நெட்டில் நாம் பார்வை யிடும் வெப்சைட்டுகளில் நமக்குப் பிடித்தவற்றைப் பொருத்தமான பின் போர்டில் சேகரித்து வைத்துக்கொள்ளலாம். தேவைப்படும்போது எடுத்துப் படிக்கலாம். விருப்பப்பட்டால் ஃபேஸ்புக், டிவிட்டர் போன்ற சமூக வலைதள நண்பர்களுடன் பகிர்ந்துகொள்ளலாம்.

பி(ன்)இன்டரெஸ்ட் (Pinterest) என்பது, நமக்கு விருப்பமான பின் போர்டுகளை உருவாக்கிக்கொள்ள உதவும் வெப்சைட். நாம் பார்வை யிடும் வெப்சைட்டுகளில் பின் இட் (Pin It) என்ற பட்டன் இருக்கும். அதை கிளிக் செய்தால் அது நம்மை பி(ன்)இன்டரெஸ்ட் வெப்சைட்டில் நமக்கான அக்கவுன்ட்டுக்கு அழைத்துச் செல்லும். அங்கு சென்று பொருத்தமான பின் போர்டில் நாம் விரும்பிய தகவலை (வெப் பக்கத்தை / புகைப்படத்தை / வீடியோவை...) சேகரித்து வைத்துக் கொள்ளலாம்.

பி(ன்)இன்டரெஸ்ட் வெப்சைட்டில் உறுப்பினர் ஆகும் முறை

பிரவுசர் சாஃப்ட்வேரில் https://www.pinterest.com/ என்ற வெப்சைட் முகவரியை டைப் செய்துகொண்டால் கிடைக்கும் விண்ணப்பப்படிவத்தைப் பூர்த்தி செய்துகொண்டு யூசர் நேம், பாஸ்வேர்டை உருவாக்கிக்கொள்ள வேண்டும்.

நம் பிசினஸுக்கு பி(ன்)இன்டரெஸ்ட்டைப் பயன்படுத்தும் முறை

1. பி(ன்)இன்டரெஸ்ட் வெப்சைட்டில் உறுப்பினர் ஆன பிறகு நம் பிசினஸ் குறித்த செய்திகள், புகைப்படங்கள் போன்ற வற்றை நம் வெப்சைட், பிளாக், கூகுள்+, ஃபேஸ்புக் போன்ற வற்றில் இருந்து எடுத்து பின் போர்டுகளில் சேகரித்து வெளிப் படுத்திக்கொள்ளலாம்.

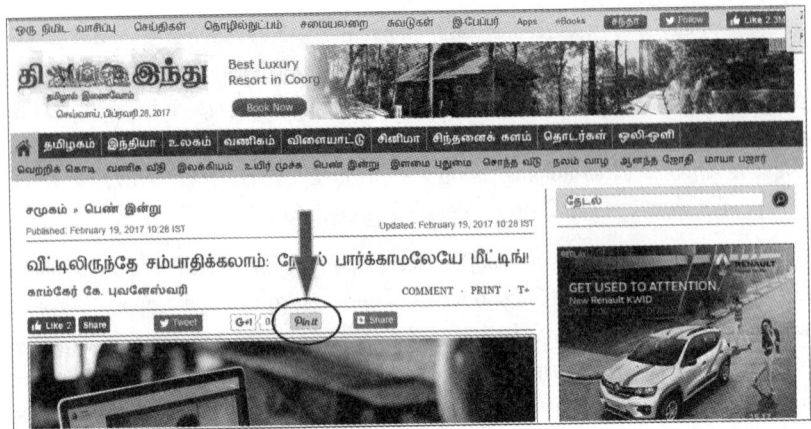

2. அவற்றை நம் நட்பு வட்டத்தில் உள்ளவர்களுக்கு ஷேர் செய்து விளம்பரப்படுத்தலாம். நம் நட்பு வட்டத்தில் இல்லாதவர்களுக்கு இமெயில் மூலமே அவர்கள் பார்வை யிடும் வகையில் வெளிப்படுத்தும் வசதிகளும் உள்ளன.

3. பி(ன்)இன்டரெஸ்ட் வெப்சைட்டில் நாமும் நமக்குப் பிடித்த உறுப்பினர்களை பின் தொடரலாம் (Follow). நம்மையும் நம் நண்பர்களை பின் தொடரச் செய்யலாம்.

4. நட்பு வட்டத்தை இமெயில், ஃபேஸ்புக், டிவிட்டர், கூகுள்+ போன்ற சமூக வலைதளங்கள் மூலம் அழைப்புவிடுத்து விரிவுபடுத்திக்கொள்ளலாம். மற்றவர்கள் நமக்கு அழைக்கும் நட்பு அழைப்பை ஏற்றுக்கொள்ளலாம்.

5. இதன் மூலம் நம் பிசினஸ் குறித்த செய்திகளை விளம்பரப் படுத்திக்கொள்ள முடியும்.

6. பி(ன்)இன்டரெஸ்ட் வெப்சைட்டில் நம் பின் போர்டுகளில் நாம் சேகரிக்கும் விஷயங்களை மற்ற சமூக வலைதளங்கள் மூலம் ஷேர் செய்தும் பிரபலப்படுத்த முடியும். குறிப்பாக, ஃபேஸ்புக் மற்றும் டிவிட்டர் மூலம் ஷேர் செய்தால் ஏராள மான நண்பர்களுக்கு நம்மைப் பற்றியத் தகவல்கள் சென்றடையும்.

7. நம் பிசினஸ் போட்டியாளர்களின் தயாரிப்புகளை நாம் கண்காணித்துக்கொள்ள முடிவதால், நம் தயாரிப்புகள் மற்றும் சேவையின் தரத்தை உயர்த்திக்கொண்டே வர முடியும். நம்மை நாமே உயர்த்திக்கொள்ள உதவுகிறது.

இதற்கு நம் பிசினஸ் போட்டியாளர்களின் தயாரிப்புகளை அவர்கள் பி(ன்)இன்டரெஸ்ட் வெப்சைட் மூலம் பின் தொடர வேண்டும்.

8. நம் வெப்சைட், பிளாக் போன்றவற்றில் Pin It என்ற பட்டனை இணைக்க வேண்டும். அப்போதுதான் பார்வையாளர்கள் அவற்றைச் சேகரித்து வைத்துக்கொள்ள முடியும்.

9. நாமும் நம் பிரவுசரில் Pin It ஐகானை இணைத்துக்கொள்ள வேண்டும் (எப்படி இணைப்பது என இதே அத்தியாயத்தில் இறுதியில் கொடுத்துள்ளேன்). அப்போதுதான் நமக்குப் பிடித்தவற்றை நம் பின் போர்டில் சேகரிக்க முடியும்.

10. நம் வாடிக்கையாளர்களுக்கு பின் போர்டைப் பற்றியும், பின் இட் பற்றியும், பி(ன்)இன்டரெஸ்ட் வெப்சைட் குறித்தும் விழிப்புணர்வை ஏற்படுத்தவேண்டியது நம் கடமை. நம் விசிட்டிங் கார்டு மற்றும் இமெயில் சிக்னேச்சர் பகுதி, வெப்சைட், பிளாக் போன்று எங்கெல்லாம் நம்மைப் பற்றிய தகவல்களை வெளிப்படுத்துகிறோமோ அங்கெல்லாம் நம் பி(ன்)இன்டரெஸ்ட் முகவரியையும் வெளிப்படுத்த வேண்டும். பி(ன்)இன்டரெஸ்ட் வெப்சைட்டில் நம் புரொஃபைலில் நம்மைப் பற்றிய தகவல்களை முறைப் படுத்தி டைப் செய்யும்போது நமக்குப் பொருத்தமான முகவரியை உருவாக்கிக்கொள்ளலாம்.

25. ஆன்லைனில் ஆல்ரவுண்டர் - கூகுள்+

உங்கள் ஆன்லைன் அலுவலகத்தில் கூகுள் நிறுவனத்தின் கூகுள்+ என்ற நெட்வொர்க்கின் மூலம் உங்களைப் பற்றிய தகவல்களைப் பகிர்ந்துகொண்டு உலகளாவிய முறையில் தொடர்புகளை ஏற்படுத்திக் கொள்ள முடியும். இதில் இணைத்துக்கொள்ளும் நட்புகளை உறவினர்கள், நெருங்கிய நட்புகள், பிசினஸ் நட்புகள், வாசகர்கள், எழுத்தாளர்கள், மீடியா தொடர்புகள் என வெவ்வேறு பிரிவுகளாகப் பிரித்துக்கொள்ளலாம். நீங்கள் பகிர நினைக்கும் தகவல்களை அனை வருக்கும் பொதுவாக்க வேண்டியதில்லை. விருப்பமான பிரிவுக்கு தேவையான செய்திகளைப் பகிர்ந்துகொள்ள முடியும்.

ஸ்கைப்பில் வீடியோசாட் செய்வதைப்போல, Hangout என்ற வசதியின் மூலம் ஆன்லைனில் 10 நபர்களுடன் வீடியோ சாட் செய்ய முடியும். வெர்ச்சுவலாக ஆன்லைன் பிசினஸ் மீட்டிங்குகளைச் செய்ய இது பேருதவியாக உள்ளது.

யு-டியூபில் வீடியோக்களை அப்லோட் செய்து நம் தயாரிப்பு களை விளம்பரப்படுத்துவதைப்போல புகைப்படங்கள், வீடியோக் களை நேரடியாகப் பதிவு செய்து வெளிப்படுத்த முடியும்.

ஃபேஸ்புக்கில் பகிர்வதைப்போல நம் தயாரிப்புகள் குறித்த பதிவுகளை ஷேர் செய்ய முடியும்.

பிளாகில் வெப்பக்கங்களை உருவாக்கிக்கொள்வதைப்போல கூகுள்+ மூலம் வெப்பக்கங்களை உருவாக்கிக்கொள்ளலாம்.

இப்படி பிளாக், யு-டியூப், ஸ்கைப், ஃபேஸ்புக் போன்ற அனைத்து சமூக வலைதளங்களின் பயன்பாடுகளையும் தன்னகத்தே கொண்டு

ஆன்லைனில் ஆல்ரவுண்டராகத் திகழ்ந்துவரும் கூகுள்+ வெப்சைட்டைத் தவிர்த்துவிட்டு நம்மால் இணைய உலகில் உலாவருவது கடினம், இதன்மூலம் நம் பிசினஸ் நெட்வொர்க்குகளைச் சிறந்த முறையில் பராமரிக்க இயலும். நம்மைப் பற்றிய செய்திகளையும், பிசினஸ் தகவல்களையும் அனைவரோடும் பகிர்ந்துகொள்ள முடிவதால் மிகச் சிறந்த விளம்பரமாக இது அமைகிறது.

www.plus.google.com என்ற முகவரி மூலம் கூகுள்+ வெப்சைட்டில் யூசர்நேம் மற்றும் பாஸ்வேர்டை உருவாக்கிக்கொண்டு உறுப்பினராகலாம்.

நம் பிசினஸுக்கு கூகுள்+ வெப்சைட்டைப் பயன்படுத்தும் முறை

1. நாம் பிசினஸில் இமெயில் முகவரிக்கு அடுத்தபடியாக முக்கியத்துவம் பெறுவது கூகுள்+. இதில் உறுப்பினராக கூகுள்+ வெப்சைட்டில் அக்கவுன்ட் ஏற்படுத்திக்கொள்ள வேண்டும். நம்முடைய இமெயில் முகவரி ஜிமெயிலாக இருந்தால் கூகுள்+ அக்கவுன்ட்டுக்கும் அதே யூஸர் நேம், பாஸ்வேர்டைப் பயன்படுத்திக்கொள்ளலாம். ஹாட்மெயில், யாஹூ என வேறு வெப்சைட் முகவரியாக இருந்தால் கூகுள்+ வெப்சைட்டுக்குப் புதிதாக யூஸர் நேம் மற்றும் பாஸ்வேர்டை உருவாக்கிக்கொள்ள வேண்டும்.
2. கூகுள்+ வெப்சைட்டில் இமெயில் தொடர்புகள் மூலம் நட்புக்களை நண்பர்கள் (Friends), குடும்ப உறுப்பினர்கள் (Family), ஓரளவுக்கு அறிமுகமானவர்கள் (Acquaintances), பின் தொடரும் பிரபலங்கள் (Following) என நான்கு பிரிவு களாகப் பிரித்து சேகரித்துக்கொள்ளும் வசதி உள்ளது. இதற்கு 'சர்கிள்' (Circle) எனப் பெயர். நாம் நம் தேவைக்கு ஏற்ப, கிளையன்ட்டுகளின் பிரிவுவாரியாக எத்தனை சர்கிள் வேண்டு மானாலும் உருவாக்கிக்கொள்ள முடியும். இதன் மூலம் கூகுள்+ வெப்சைட்டில் நாம் பகிர நினைக்கும் தகவல்களை அந்தந்த சர்கிள்களில் உள்ளவர்களுக்கு மட்டும் ஷேர் செய்து கொள்ளலாம். எல்லா பிசினஸ் தகவல்களையும் எல்லா நட்புக்களுக்கும் பகிரவேண்டிய அவசியம் இல்லை.
3. நம் இமெயில் ஜிமெயிலாக இருந்தால், நாம் உருவாக்கியுள்ள சர்கிள்களின் பெயர்கள் இமெயில் திரையில் இணைக்கப் பட்டு வெளிப்படும். இமெயில் அனுப்பும்போதுகூட இந்த சர்கிள்களைப் பயன்படுத்திக்கொள்ள முடியும்.

4. நம் நிறுவனத்தில் நடைபெறும் நிகழ்ச்சிகள், தயாரிப்புகள் போன்றவற்றின் புகைப்படங்களை ஆல்பங்களாகப் பிரித்து சேகரித்து வைக்க முடியும். தேவைப்படும்போது அவற்றை யாருடன் ஷேர் செய்ய விருப்பமோ அவர்களுக்கு ஷேர் செய்துகொள்ளலாம். விளம்பரப்படுத்திக்கொள்ளவும் வசதியாக இருக்கும்.
5. நம் நிறுவனத்தில் நடக்க இருக்கும் நிகழ்வுகளைப் பற்றிய செய்திகளை இடம், நாள், நேரம் உள்பட அனைத்து விவரங்களையும் இவென்ட் (Event) என்ற விவரம் மூலம் கிளைண்ட்டுகளுக்குத் தெரிவிக்க முடியும்.
6. நம் நிறுவனத்தில் நடைபெறும் நிகழ்வுகளை நேரடியாக ரெகார்ட் செய்து கூகுள்+ வெப்சைட்டில் யு-டியூப் பதிவுகளாக

வெளிப்படுத்த முடியும். அவற்றை நம் கிளைண்ட்டுகளுடன் ஷேர் செய்துகொள்ள முடியும். இதன் மூலம் நம் தயாரிப்பு களுக்கு, சர்வீஸ்களுக்கு நல்ல விளம்பரம் கிடைக்கும்.

7. மேலும் நம் கிளைண்ட்டுகளுடன் வீடியோ சாட் செய்யவும் கூகுள்+ வெப்சைட்டில் வசதிகள் உள்ளன. ஒரே நேரத்தில் 10 நபர்களுடன்கூட வீடியோ சாட் செய்ய முடியும். இதனால் நம் பிசினஸ் மீட்டிங்குகளை ஆன்லைனிலேயே சுலபமாக முடிக்க முடியும். தொலைவு என்பது பிசினஸுக்கு பிரச்சினை இல்லை.

8. நம் பிசின்ஸுக்காக வெப் பக்கங்களை வடிவமைத்துத் தயார் செய்துகொள்ள உதவும் பேஜஸ் (Pages) என்ற வசதியையும் கூகுள்+ கொடுத்துள்ளது. எத்தனை வெப் பக்கங்களை வேண்டுமானாலும் வடிவமைத்துக்கொள்ளலாம். நம் தயாரிப்புகள், சர்வீஸ்கள் இவை ஒவ்வொன்றுக்கும் தனித்தனி வெப் பக்கங்கள் வடிவமைத்து ஷேர் செய்து விளம்பரமாக்கிக்கொள்ளலாம்.

9. இவை தவிர ஃபேஸ்புக்கில் போஸ்ட்டிங் செய்வதைப் போலவே, கூகுள்+ வெப்சைட்டிலும் நம் பிசினஸ் குறித்த தகவல்களை புகைப்படம், வீடியோ, இன்டர்நெட் லிங்க் போன்றவற்றுடன் இணைத்து போஸ்ட்டிங் செய்ய முடியும். இவற்றை நம் கிளைண்ட்டுகளுடன் ஷேர் செய்துகொள்ள முடியும். இதன் மூலம் அன்றாட நிகழ்வுகளை நம் பிசினஸ் தொடர்பில் உள்ளவர்களுடன் பகிர்ந்துகொள்ள முடியும்.

10. நம் பிசினஸுக்கு உதவக்கூடிய கம்யூனிட்டிகள், புத்தகங்கள், வெப்சைட்டுகள் போன்றவற்றை சப்ஸ்க்ரைப் செய்து வைத்துக்கொள்ளும் (Collections & Communities) என்ற வசதியும் உள்ளன. இதன் மூலம் அந்த வெப்சைட்டுகள் அன்றாடம் அப்டேட் செய்கின்ற செய்திகள் நம் கூகுள்+ வெப்சைட்டில் வெளிப்படும். அவை மறைமுகமாக நம் பிசினஸுக்கு ஐடியாக்களைக் கொடுக்கும். தொடர்புகளை உண்டாக்கும். பிசினஸில் தொடர்புகள்தானே உயிர்நாடி.

26. ஆன்லைன் பயணப் பாதுகாப்பு!

ஆன்லைனில் வெப்சைட் மூலம் உங்கள் திறமைகள், படைப்புகள் மற்றும் தயாரிப்புகளை ஷோகேஸ் செய்து உங்களுக்கான ஆன்லைன் அலுவலகத்தை அமைத்து சம்பாதிக்கலாம் என்றும் பிளாக், யு-டியூப், சவுண்ட் கிளவுட், ஃபேஸ்புக், டிவிட்டர் போன்ற சமூக வலைதளங்கள் மூலம் உங்கள் தயாரிப்புகளுக்கு இலவச விளம்பரம் கொடுத்துக் கொள்ளலாம் என்றும் முன் பகுதியில் எழுதியுள்ளேன்.

ஆன்லைனில் மற்றும் மொபைல் பேங்கிங் பணப்பறிமாற்றம் செய்வதும், சமூக வலைதளங்களில் பாதுகாப்பும்தான் பெரும்பாலான வாசகர்களின் மிகப்பெரிய கவலையாக இருந்ததை அவர்களின் இமெயில்களில் இருந்து தெரிந்துகொள்ள முடிந்தது. அதற்கான தீர்வை விளக்கி ஆன்லைனில் உங்கள் பயணம் இனிதாக பாதுகாப்புடன் அமைய வாழ்த்தி விடைபெறுகிறேன்.

ஆன்லைனில் பணப்பறிமாற்றம் என்றால் என்ன? அது பாதுகாப்பானதா?

வியாபாரத்தில் முக்கிய பங்கு வகிப்பது பணப்பறிமாற்றம். பணப் பரிமாற்றம் பணத்தாள் மூலம் நடைபெறாமல் மொபைல் பேங்கிங், ஆப்ஸ், நெட் பேங்கிங், ஸ்வைப்பிங் மெஷின், ஏ.டி.எம் இயந்திரம் மூலம் நடைபெறுவதையே மின்னணுப் பணப் பரிமாற்றம் என்கிறோம்.

தினமும் வாட்ஸ் அப்பில் 'குட் மார்னிங்' மெசேஜ் அனுப்புவதில் இருந்து கதை, கவிதை, ஜோக்ஸ், மீம்ஸ் என பலதரப்பட்ட விஷயங் களையும் அதிகம் படிக்காதவர்கள்கூட பகிர ஆரம்பித்துவிட்டார்கள். அந்த அளவுக்கு எளிமையானதுதான் காகிதமில்லா பணப் பரிமாற்றத்துக்கு உதவும் மின்னணுப் பணப் பரிமாற்றமும்.

ஆன்லைனில் பணப்பறிமாற்றம் செய்ய நீங்கள் பயன்படுத்தும் பாஸ்வேர்டை மறக்காமலும், மற்றவர்கள் அறியாமலும் வைத்திருப்பது ஒன்றுதான் முதல்கட்ட பாதுகாப்பு நடவடிக்கை.

எந்தக் காரணம்கொண்டும் தொலைபேசியிலோ, இமெயிலிலோ உங்கள் வங்கிகளில் இருந்து தொடர்பு கொள்வதாகச் சொல்லி பாஸ்வேர்ட் குறித்து கேள்வி கேட்டால் எந்தத் தகவலையும் பகிர வேண்டாம். உடனடியாக உங்கள் வங்கியை அணுகி தெளிவு பெறுங்கள்.

ஆன்லைனில் உங்கள் வெப்சைட் மூலம் பொருட்கள் வாங்க விற்க பாதுகாப்பாக ஆன்லைன் பணப்பறிமாற்றம் செய்யலாம்.

ஸ்மார்ட்போனில் ஆப் தொழில்நுட்பம் குறித்து விளக்க முடியுமா?

தனிமனிதர்களின் வாழ்க்கைத் தரம் உயரவும், அதன்மூலம் சமுதாயம் மேம்படவும் தொழில்நுட்பம் கைக்கொடுக்கிறது.

இன்று உலகமே நம் உள்ளங்கை ஸ்மார்ட் போனில்தான். மொபைலில் எஸ்.எம்.எஸ் அனுப்புவதைப் போலவும், வாட்ஸ் அப்பில் தகவல்களை பரிமாறிக்கொள்வதைப் போலவும் சுலபமானதே, மின்னணுப் பரிமாற்றத்துக்கு உதவும் 'ஸ்மார்ட்போன் தொழில் நுட்பமும்'.

நேரடியாக இயங்குகின்ற உலகம் போலவே இன்டர்நெட்டிலும் ஓர் உலகம் இயங்கி வருகிறது. அந்த உலகில் நாம் நேரடியாக செய்கின்ற அத்தனை பணிகளையும் செய்ய முடிகிறது. ஆன்லைனில் கல்வி கற்கிறோம், ஷாப்பிங் செய்கிறோம், மளிகை சாமான்கள் ஆர்டர் செய்கிறோம், ஹோட்டலில் இருந்து உணவை வீட்டுக்கு வரச் செய்து சாப்பிடுகிறோம், இ-லைப்ரரிக்குச் சென்று படிக்கிறோம், இ-பத்திரிகைகள்

படிக்கிறோம், இ-வங்கியில் பணம் போடுகிறோம், பணம் பெறு கிறோம், சினிமா பார்க்கிறோம், கேம்ஸ் விளையாடுகிறோம், ஈபி, தொலைபேசி, அலைபேசி கட்டணங்கள் முதற்கொண்டு இன்ஷீரன்ஸ், எல்.ஐ.சி பாலிசி என அத்தனைவிதமான கட்டணங்களையும் ஆன்லைனில் கட்டுகிறோம்.

கம்ப்யூட்டரில் மட்டுமே இன்டர்நெட்டைப் பயன்படுத்த முடியும் என்றிருந்த காலத்தில் உலகம் நமக்கு இரண்டு வாய்ப்பு களைக் கொடுத்தது. ஒன்று நேரடியாக அந்தந்த அலுவலகங்களுக்குச் சென்று வசதிகளைப் பயன்படுத்துவது. மற்றொன்று கம்ப்யூட்டரில் ஆன்லைனில் அவற்றைச் செயல்படுத்துவது.

இப்போது ஸ்மார்ட் போனிலும் இன்டர்நெட்டைப் பயன்படுத்த முடியும் என்ற நிலை உருவானதால், விரல் நுனியில் அத்தனையையும் செய்துமுடித்துவிட முடிகிறது. குறிப்பாக பணப் பரிவர்த்தனை முழுவதுமாக மின்னணுப் பணப் பரிமாற்றமாகும்போது எதிர்காலத்தில் ஆன்லைன் செயல்பாடுகள் அதிகரித்து இந்த உலகம் நமக்கு ஒரே ஒரு வாய்ப்பை மட்டுமே கொடுக்கும் என்பது உள்ளங்கை நெல்லிக்கனி.

கம்ப்யூட்டர் லேப்டாப்புகளில் வெப்சைட்டுகளில் பவனிவந்த தொழில்நுட்பம், மொபைல் தொழில்நுட்பத்தில் ஆப் (App) எனப்படும் அப்ளிகேஷன்களாக சுருங்கி வருவதால் உங்கள் ஆஃபீஸ் உள்ளங் கையில் அடங்கிவிடும் காலம் தொலைவில் இல்லை.

வெப்சைட் போலவே ஸ்மார்ட்போன் ஆப்களும் சுலபமே. புரிந்து கொள்ளாதவரை கஷ்டமாக இருக்கும் விஷயங்கள் புரிந்துகொண்ட பின்னர் இவ்வளவுதானா என வியக்க வைக்கும்.

சமூக வலைதளங்கள் பாதுகாப்பானதா?

ஆன்லைனில் Fake, Phishing, Hacking, Spam இவற்றினால் நம்மைப் பற்றிய தகவல்கள், புகைப்படங்கள், செய்திகள் மட்டு மில்லாமல் மற்றவர்களது விவரங்களும் நம் அக்கவுன்ட்டில் இருந்து நாம் அனுப்புவதைப்போலவே பகிரப்பட்டு நம் பெயருக்கும், நம் தொடர்பில் இருப்பவர்களது பெயருக்கும் கலங்கம் ஏற்படுத்து வதை கேள்விப்படும்போது, ஆன்லைன் பயணம் பாதுகாப்பானதா என்ற சந்தேகம் ஏற்படுவதைத் தவிர்க்க முடிவதில்லை.

நேரடியாக நாம் சந்திக்கும் அத்தனை பிரச்சினைகளையும் லைனிலும் சந்திக்கும் சூழல் ஏற்படலாம். நாம்தான் அதற்கேற்ப ாப்பு ஏற்பாடுகளைச் செய்துகொள்ள வேண்டும்.

முதல் கட்டமாக உங்கள் பாஸ்வேர்டை பத்திரமாக வைத்துக் கொள்வது அவசியம். மீறி களவாடப்பட்டால் உங்கள் சமூக வலை தளங்களில் Report Abuse என்ற விவரம் மூலம் புகார் அளிக்கலாம். தேவைப்பட்டால் தற்காலிகமாக உங்கள் அக்கவுன்ட்டை டிஆக்டிவேட் செய்துகொள்ளலாம். முற்றிலும் வெளியேற உங்கள் அக்கவுன்ட்டை நிரந்தரமாக நீக்கவும் செய்யலாம்.

அவசியம் ஏற்பட்டால் காவல் துறையில் சைபர் க்ரைம் பிரிவில் புகார் அளிக்கலாம். சமூக வலைதளங்களில் தொடர்பில் இருந்தபடி புகார் கொடுத்தால் புகார் அளிப்பவரை வெளிக்காட்டாமலே சைபர் க்ரைம் பிரிவு ஆக்ஷன் எடுக்கிறது. ஆபாசமாகவோ வதந்தியாகவோ வெளிவந்திருக்கும் தகவல் வெளிப்பட்டிருக்கும் வெப்பக்கத்தையும் எந்த வெப்சைட் லிங்க்கில் இருந்து அவை வந்திருக்கிறதோ அதையும் ஸ்க்ரீன்ஷாட் எடுத்து பிரிண்ட் அவுட்டாகவும் சாஃப்ட் காப்பியாகவும் சைபர் க்ரைம் பிரிவில் கொடுக்கலாம். குற்றம் நிரூபிக்கப்பட்டால் அதற்கேற்ப கைதும், சிறை தண்டனையும் அல்லது அதற்கு மேலான தண்டனையும் நிச்சயம் உண்டு.

நூலாசிரியர் குறிப்பு

ஐ.டி நிறுவன CEO, தொழில்நுட்ப வல்லுநர், கிரியேடிவ் டைரக்டர், எழுத்தாளர், பதிப்பாளர் எனப் பல்முகம் கொண்ட இவர் M.Sc., Computer Science மற்றும் M.B.A பட்டங்கள் பெற்றவர். Compcare Software Private Limited என்ற சாஃப்ட்வேர் தயாரிப்பு நிறுவனத்தின் CEO & MD ஆக கடந்த 25 ஆண்டுகளாகச் செயல்பட்டு வருகிறார்.

பல முறை அமெரிக்கா சென்று அங்குள்ள பல்கலைக்கழகங்களில் தொழில்நுட்பம் மற்றும் கல்வி சார்ந்த பிராஜெக்ட்டுகளில் தன்னை ஈடுபடுத்திக்கொண்டவர். அங்கு தயாரித்த 'உயர்கல்வியில் இந்திய கல்விமுறைக்கும் அமெரிக்க கல்விமுறைக்குமான ஒப்பீடு' என்ற ஆவணப்படம் குறிப்பிடத்தக்கது.

அதுமட்டும் இல்லாமல் இந்தியாவில் பல பள்ளிகளிலும், கல்லூரி மற்றும் பல்கலைக்கழகங்களிலும் நடைபெறும் கருத்தரங்களில் உரையாடி மாணவர்களுக்கான ஊக்கசக்தியாகவும் இருந்துவருகிறார்.

இவற்றின் மூலம் கிடைத்த அனுபவத்தில், மாறிவரும் பொருளாதாரக் கொள்கைகள், தொழில்நுட்ப முன்னேற்றங்கள், கலாசாரப் பரிமாற்றங்கள் எப்படியெல்லாம் நம் வாழ்க்கைமுறையைப் பாதிக்கின்றன, அவற்றில் எவை மேம்பாட்டுக்குரிய திருப்பங்கள், எவை திணிப்புகள் என்பதை கூர்ந்து கவனித்து வருபவர்.

இந்த நிறுவனத்தில் சாஃப்ட்வேர்கள் தயாரித்தல், வெப்சைட்டுகளை வடிவமைத்தல், மல்டி மீடியா அனிமேஷன் சி.டி.-கள் தயாரித்தல், கல்வி, இலக்கியம், ஆன்மிகம் எனப் பல்துறை சார்ந்த இ-புத்தகங்களை உருவாக்குதல், ஆவணப்படங்கள் தயாரித்து வெளியிடுதல் போன்ற பணிகள் நடைபெற்றுவருகின்றன.

கம்ப்யூட்டர் மற்றும் மொபைல் தொழில்நுட்பம் சார்ந்த சாஃப்ட்வேர், ஹார்டுவேர், இன்டர்நெட், மொபைல் ஆப்ஸ் சம்பந்தமான 100-க்கும் மேற்பட்ட நூல்களைத் தமிழில் எழுதியுள்ளார்.

இவரது சாஃப்ட்வேர் தயாரிப்புகளும், தொழில்நுட்பப் புத்தகங் பல பல்கலைக்கழகம் சார்ந்த கல்லூரிகளில் பாடத்திட்டமாக ன.

கம்ப்யூட்டர் தவிர, குழந்தைகள், பக்தி, இலக்கியம், ஆன்மிகம், மனிதவள மேம்பாடு பற்றிப் பல முன்னணிப் பத்திரிகைகளில் எழுதி வருகிறார். அவை சம்மந்தப்பட்ட சுயமுன்னேற்றப் புத்தகங்களையும் எழுதி வெளியிட்டு வருகிறார்.

நம் நாட்டில் கம்ப்யூட்டர் தொழில்நுட்பம் அறிமுகம் ஆகத் தொடங்கிய 1992-களிலேயே தமிழையும் கம்ப்யூட்டரையும் இணைத்து, சாஃப்ட்வேர்கள் தயாரிக்கும் முயற்சியில் ஈடுபட்டு வெற்றிபெற்றதால், 'தமிழையும் கம்ப்யூட்டரையும் இணைத்த முதல் தொழில்நுட்ப வல்லுநர்' என்ற விருதைப் பெற்றுள்ளார்.

தன் பெற்றோரின் பெயரில் 'ஸ்ரீபத்மகிருஷ்' என்ற அறக் கட்டளையை நடத்தி வருகிறார். மாற்றுத்திறனாளிகளின் நலனுக்காக உதவிவரும் இந்த அமைப்பின் வாயிலாக சூழலுக்கு ஏற்ப பல்வேறுதரப்பு மக்களுக்கும் இயன்ற உதவிகளைச் செய்து வருகிறார்.

ஒவ்வொரு வருடமும் ஒவ்வொரு தரப்பினரில் (பெற்றோர், ஆசிரியர், ஓவியர்கள், எழுத்தாளர்கள் Etc.,) திறமைசாலிகளைத் தேர்ந்தெடுத்து 'ஸ்ரீபத்மகிருஷ்' விருதளித்தும் கௌரவிக்கிறார்.

Email: compcare@hotmail.com

★★★